HOÀNG CƠ ĐỊNH
GENERAL EDITOR
Chủ Biên

A Short Summary of Vietnamese History

Đôi Dòng Sử Việt

A Short Summary of Vietnamese History

Đôi Dòng Sử Việt

GENERAL EDITOR
Chủ Biên
HOÀNG CƠ ĐỊNH

WRITTING GROUP
Nhóm Biên Soạn

Hoàng Cơ Định	Phiên Ngung
Ngô Minh Trực	Hồ Thanh Thái
Đào Việt Sơn	Nguyễn Vũ Bình
Lê Rĩnh	Ngô Nhật Đăng
Phạm Việt Cường	Phạm Huy Cường

and associates
và các cộng sự

EDITOR
Biên Tập
Phiên Ngung

ILLUSTRATION
Trình Bày
Ngô Minh Trực

Xuất bản lần thứ nhất   First edition published
tại Hoa Kỳ, 2020   in USA, 2020

ISBN: 978-0578193939
Copyright © 2020 Hoang Co Dinh.
All rights reserved
Giữ mọi bản quyền

ALL CORRESPONDENCES SEND TO
Thư từ liên lạc xin gửi về
Xuân Trâm
2482 S.King Rd. # 438, San Jose, CA 95122
email : donghydonghung@gmail.com

MỤC LỤC

Đôi dòng Sử Việt 1

1/ Lập quốc vào thế kỷ thứ 7 trước Công Nguyên, trong nền văn minh Đông Sơn, Việt Nam đã có hơn 500 năm tự chủ với quốc hiệu từ Văn Lang tới Âu Lạc (682 TCN-111 TCN) 3

2/ Vào thế kỷ thứ nhất trước Công Nguyên, trong khoảng thời gian gần 1.000 năm, Việt Nam đã bị 3 lần Bắc thuộc (111 TCN - 938) 9

    2.1/ Nước Âu Lạc bị Bắc phương thôn tính, Bắc thuộc lần thứ nhất (111 TCN- 40) 9

    2.2/ Năm 40, Hai Bà Trưng giành lại độc lập cho nước Âu Lạc (40 - 43) 10

    2.3/ Cuộc thất trận của Hai Bà Trưng khởi đầu thời kỳ Bắc thuộc thứ hai (43 - 542) 12

    2.4/ Lý Nam Đế chấm dứt Bắc Thuộc lần 2, thành lập nước Vạn Xuân (542-603) 14

    2.5/ Thời kỳ Bắc thuộc lần thứ ba (603-938) 15

3/ Vào thế kỷ thứ 10, một kỷ nguyên độc lập liên tục 400 năm đã mở ra cho nước ta dưới các triều đại Ngô, Đinh, Lê, Lý, Trần với các chiến công phá Tống thời Lý và chiến thắng Mông Cổ thời Trần 17

    3.1/ Ngô Quyền chấm dứt Bắc thuộc lần thứ ba, mở đầu 900 năm tự chủ của Việt Nam (938 – 1884) 17

    3.2/ Nhà Ngô (939 - 965) 19

    3.3/ Nhà Đinh (968 - 980) 19

    3.4/ Nhà Tiền Lê (980 - 1009) 21

    3.5/ Nhà Lý (1010 - 1225) 23

    3.6/ Nhà Trần (1225 - 1400) 24

    3.7/ Nhà Trần 3 lần chống quân Mông Cổ xâm lăng 27

4/ Vào thế kỷ 15 Đại Việt bị Bắc thuộc lần thứ 4 bởi Nhà Minh bên Tàu. Chiến thắng của Lê Lợi đã chấm dứt cuộc đô hộ kéo dài 20 năm này, mở đầu cho giai đoạn 100 năm tự chủ kế tiếp 35

    4.1/ Đại Việt bị Nhà Minh xâm lăng, Bắc Thuộc lần thứ 4 36

    4.2/ Lê Lợi đánh đuổi quân Minh, giành lại tự chủ cho Đại Việt sau 10 năm kháng chiến 38

TABLE OF CONTENTS

A Short Summary of Vietnamese History. 1

1/ Founded in the 7th century BC during the Đông Sơn Civilization, Vietnam was an independent country for over 500 years under the names of Văn Lang and Âu Lạc (682 - 111 BC) . . 3

2/ Vietnam fell three times under Chinese rule for nearly a thousand years (111 BC - 938) 9

    2.1/ Âu Lạc invaded by northern enemies - the First Northern Domination (111 BC-40) 9
    2.2/ In 40 The Trưng Sisters regained independence for Âu Lạc (40 - 43 AD) 10
    2.3/ The Two Trưng Sisters's defeat marked the start of the Second Chinese domination (43 - 542 AD) 12
    2.4/ Lý Nam Đế ended the Second Chinese domination, establishing Vạn Xuân Nation (542 - 603) 14
    2.5/ The Third Chinese Domination (603 - 938) 15

3/ In the 10th Century, our country enjoyed a continuous 400 year-era of independence under successive dynasties of Ngô, Đinh, Lê, Lý, Trần, and triumphs over the armies of Song and Mongol under the Lý and Trần dynasties. 17
    3.1/ Ngô Quyền ended the 3rd Chinese Domination, opening a 900-year independence era for Vietnam (938-1884) 17
    3.2/ The Ngô Dynasty (939 - 965) 19
    3.3/ The Đinh Dynasty (968 - 980) 19
    3.4/ The Early Lê Dynasty (980 - 1009) 21
    3.5/ The Lý Dynasty (1010 - 1225) 23
    3.6/ The Trần Dynasty (1225 - 1400) 24
    3.7/ The Trần Dynasty fought Mongols' invasions three times. 27

4/ In 15th Century, Đại Việt was under the 4th Chinese Domination during the Ming dynasty. Lê Lợi's victory ended this 20-year domination commencing a next 100-year era of autonomy. 35
    4.1/ Invaded by the Ming, Đại Việt was under the 4th Chinese Domination 36
    4.2/ Lê Lợi repulsed the Ming after 10 years of resistance to reclaim Đại Việt's independence 38

5/ Cuộc nội chiến gần 300 năm giữa người Việt trong ba thế kỷ 16, 17, 18 và việc mở mang bờ cõi của Đại Việt về phương Nam . 41
   5.1/ Nước Đại Việt bị nội chiến, 300 năm Nam Bắc phân tranh 42
   5.2/ Chấm dứt hai triều đại Trịnh Nguyễn, Vua Quang Trung đại phá quân Thanh.................................. 48
   5.3/ Nhà Tây Sơn.. 53
   5.4/ Vua Gia Long thống nhất Việt Nam................. 56

6/ Từ nước Việt Nam thống nhất và độc lập vào năm 1802 qua tình trạng bị nội thuộc Pháp vào năm 1884 và các cuộc tranh đấu giành độc lập sau đó.................................. 63
   6.1/ Pháp xâm lăng, Việt Nam trở thành thuộc địa của Pháp... 65
   6.2/ Các cuộc tranh đấu giành độc lập của người Việt Nam từ thế kỷ 19 qua thế kỷ 20.................................... 69

7/ Việt Nam từ cuộc chiến đấu giành độc lập chuyển qua nội chiến Cộng sản - Quốc gia trong khung cảnh chiến tranh lạnh của thế giới vào thế kỷ 20.. 85
   7.1/ Các vận động giành lại độc lập từ Hoa Nam............ 88
   7.2/ Việt Minh cướp chính quyền tại Hà Nội, thiết lập chế độ Việt Nam Dân Chủ Cộng Hòa............................ 93
   7.3/ Pháp trở lại chiếm đóng Việt Nam...................... 95
   7.4/ Hình thành chính thể Quốc Gia Việt Nam............. 97
   7.5/ Chính thể Việt Nam Cộng Hòa được khai sinh tại miền Nam Việt Nam.. 101
   7.6/ Thiết lập Chế độ Cộng Sản tại miền Bắc Việt Nam....... 105
   7.7/ Chiến tranh Đông Dương kỳ 2 111

8/ Việt Nam dưới chế độ độc tài Cộng Sản và cuộc xâm lăng của Trung Cộng... 119
   8.1/ Việt Nam từ 1975 đến 1979................................ 119
   8.2/ Việt Nam từ 1979 đến 1986................................ 126
   8.3/ Việt Nam sau năm 1986.................................. 132

Kết luận.. 145

5/ 300 years of civil wars in the 16th, 17th and the 18th centuries
and Đại Việt's expansion to the south 41
   5.1/ Đại Việt's Civil War, 300 years North-South division 42
   5.2/ Ending the Trịnh and Nguyễn reigns, King Quang Trung
   pulverized Thanh (Qing) forces 48
   5.3 / The Tây Sơn Dynasty 53
   5.4 / King Gia Long unified Vietnam 56

6/ From the reunited and independent Vietnam in 1802 through the colony of French in 1884 and the subsequent struggles for independence 63
   6.1/ French invasion, Vietnam became France's colony 65
   6.2/ Vietnamese struggles for independence from 19th century
   to 20th century 69

7/ Vietnam from the struggle for independence to the Communist - Nationalist civil war in the context of the cold war of the world in the 20th century 85
   7.1/ Campaigns to regain independence from South China 88
   7.2/ Việt Minh seized power in Hanoi, establishing the
   Democratic Republic of Vietnam regime 93
   7.3/ France returns to occupy Vietnam 95
   7.4/ Formation of the Vietnam Nationalist polity 97
   7.5/ The Republic of Vietnam Polity established in South
   Vietnam 101
   7.6/ Establishing a Communist Regime in North Vietnam 105
   7.7/ Second Indochina War 111

8/ Vietnam under authoritarian communist regime. The invasion by Communist China 119
   8.1/ Vietnam from 1975 to 1979 119
   8.2/ Vietnam from 1979 to 1986 126
   8.3/ Vietnam after 1986 132

Conclusion 145

A Short Summary of Vietnamese History
Đôi dòng Sử Việt

Chào các bạn,

Dân tộc nào bỏ quên quá khứ thì không có tương lai. Nếu người Việt không biết về quá khứ của dân tộc thì làm sao biết được công lao khó nhọc của Tổ Tiên đã dựng nước và giữ nước suốt mấy ngàn năm qua để cùng trân quý gia sản chung. Quả vậy dân tộc chúng ta đã có một quá khứ lâu dài, theo truyền thuyết thì đã hơn 4.000 năm, nhưng căn cứ vào sử liệu ghi chép được thì khoảng chừng 2.700 năm..

Dear friends,

A people who forget about its past has no future. If Vietnamese do not know our history, how can we appreciate the efforts of our founding fathers in the building and protecting the nation through thousands of years, so that to treasure our own inheritance. Indeed, our people has had a long history, as legend has it, more than 4,000 years in which 2,700 years with historical records..

HOÀNG CƠ ĐỊNH

1/ Founded in the 7th century BC during the Đông Sơn Civilization, Vietnam was an independent country for over 500 years under the names of Văn Lang and Âu Lạc (682 - 111 BC)

1/ Lập quốc vào thế kỷ thứ 7 trước Công Nguyên, trong nền văn minh Đông Sơn, Việt Nam đã có hơn 500 năm tự chủ với quốc hiệu từ Văn Lang tới Âu Lạc (682 TCN-111 TCN)

Quốc Tổ Hùng Vương dựng nước vào khoảng năm 700 trước công nguyên, nước ta khởi đầu có tên là Văn Lang, do tập hợp của 15 bộ tộc sống tại thung lũng sông Hồng.

Các cổ vật khai quật được cho thấy vào đời Hùng Vương người dân, gọi là Lạc dân, đã biết trồng lúa nước. Bên cạnh nghề trồng lúa, nghề đánh cá cũng phát triển, qua việc tìm thấy nhiều lưỡi câu bằng đồng và tục lệ xăm mình có từ thời Hùng Vương của ngư dân, để tránh bị thủy quái hãm hại. Về thủ công

Hùng Vương, Vietnam's founding father, established the nation circa 700 BC under the name of Văn Lang, originally comprised of 15 tribes living in the valleys along the Red River of todays' North Vietnam.

Archaeological findings show that during the time of Hùng Vương, Lạc people already mastered rice cultivation. Beside agriculture, fishing was also well-developed as evident by bronze hooks discovered and by the practice of body tattooing to fence off sea monsters, a known tradition from Hùng Vương era. In

nghiệp, người ta đã tìm thấy khá nhiều công cụ bằng đồng thau và cả những khuôn đúc. Trống đồng Đông Sơn là hiện vật nổi tiếng, đặc trưng cho nền văn hóa vào thời kỳ này. Những mẫu hình thuyền và chim biển trang trí trên trống đồng, chứng tỏ rằng nền văn minh Đông Sơn có quan hệ mật thiết với biển và có thể du nhập từ biển vào.

term of crafts, many artifacts in bronze and casts were found. Đông Sơn Drums are the well-known artifact which is representative of the culture of this era. Drawings of boats and seabirds decorated on the drums prove that Đông Sơn's civilization had a close tie with the sea and could be originated from it.

Photo of a bronze drum discovered during an excavation
Hình một loại trống đồng khai quật được

Map of the country Văn Lang at the time of Hùng Vương
Bản đồ nước Văn Lang thời Hùng Vương

A SHORT SUMMARY OF VIETNAMESE HISTORY

Vua Hùng truyền ngôi được 18 đời, đến đời thứ 18 thì bị Thục Phán đánh bại vào năm 257 trước Công Nguyên. Vua Thục Phán lên ngôi lấy hiệu là An Dương Vương, đổi tên nước thành Âu Lạc.

The reign of the Hùng kings lasted through 18 generations and ended in the defeat by Thục Phán in 257 BC. Thục Phán ascended to the throne using the name An Dương Vương and changed the name of the country to Âu Lạc.

Hiện nay có đền thờ Vua Hùng tại tỉnh Phú Thọ, Bắc Phần. Ngày 10 tháng 3 Âm lịch là ngày giỗ Vua Hùng, đã được chọn làm ngày Quốc lễ.

A temple dedicated to kings Hùng remains to the present days in Phú Thọ Province, North Vietnam. The Anniversary of king Hungs on 3rd day of 10th month Lunar Calendar has been chosen as National Day.

Kings Hùng's temple in Phú Thọ
Lăng vua Hùng ở Phú Thọ

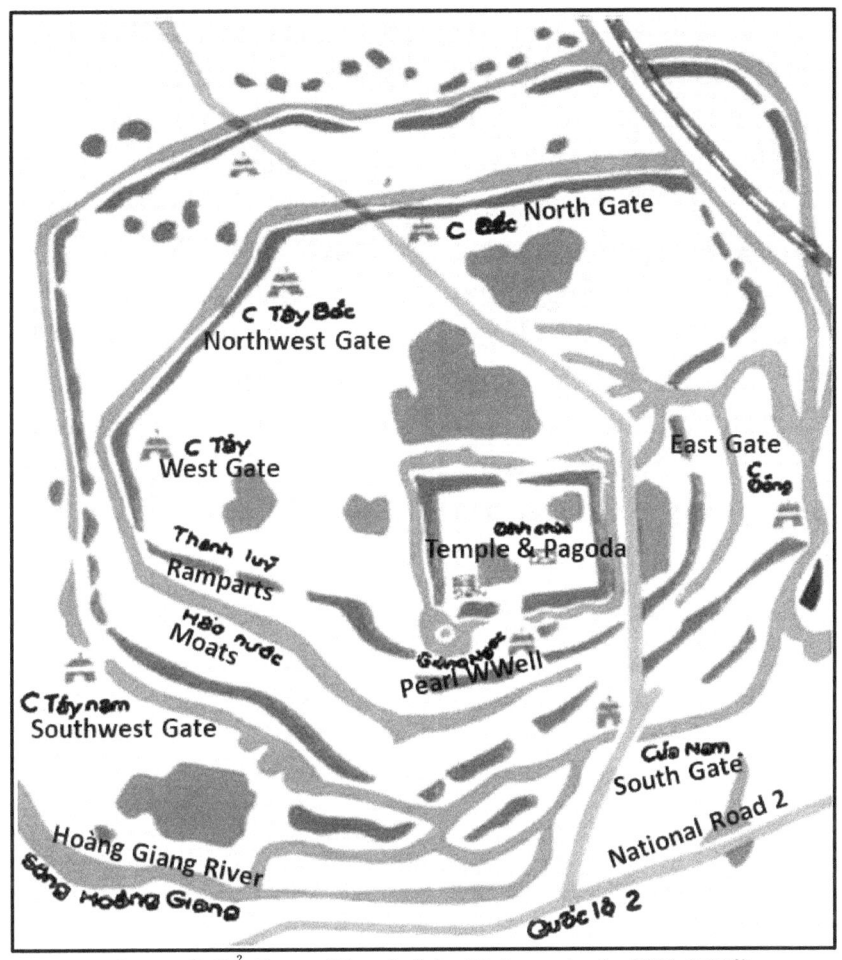

Map of Cổ Loa Citadel in Đông Anh (Hà Nội)
Sơ đồ thành Cổ Loa tại Đông Anh (Hà Nội)

An Dương Vương tiếp tục duy trì cơ cấu xã hội của nước Văn Lang, điểm đặc thù của triều đại An Dương Vương là việc xây dựng một chính quyền trung ương, với lực lượng binh lính nhà nghề, một thành lũy với kiến trúc đặc biệt.

An Dương Vương maintained the societal organizations of the former Văn Lang nation but added a special touch with the establishment of a central government, a professional military, and a fortress with a peculiar architecture.

Sau này các sử gia gọi là Loa thành (hay thành Cổ Loa), đã được nhà vua dựng lên tại địa phận huyện Đông Anh, Hà Nội. Dưới triều đại An Dương Vương dân Âu Lạc nổi tiếng về tài sử dụng cung nỏ trong chiến trận, có thể đây là lý do về truyền thuyết nhà vua được thần Kim Quy tặng cho một cây Nỏ Thần bắn ra một lần hàng trăm mũi tên.	Historians later called it Loa Thành, or Thành Cổ Loa which is in today Hà Nội's Đông Anh District. Under the reign of An Dương Vương (257 - 207 BC), Âu Lạc peoples were known for their archery skills. This could be for this reason for the legend of the Magical Crossbow that was presented to the Golden Turtle (Thần Kim Quy).

2/ Vietnam fell three times under Chinese rule for nearly a thousand years (111 BC - 938)

2/ Vào thế kỷ thứ nhất trước Công Nguyên, trong khoảng thời gian gần 1.000 năm, Việt Nam đã bị 3 lần Bắc thuộc (111 TCN – 938)

2.1/ Nước Âu Lạc bị Bắc phương thôn tính, Bắc thuộc lần thứ nhất. (111 TCN – 40)

Vào năm 207 TCN Âu Lạc bị nước Nam Việt từ phương Bắc xâm lăng, vì quân của An Dương Vương rất thiện chiến và đặc biệt là có tài bắn cung nỏ nên đã kháng cự được nhiều trận. Cuối cùng, Vua Nam Việt là Triệu Đà phải sử dụng kế nội gián bằng cách cho con trai là Trọng Thủy sang cầu hôn với Mỵ Châu, con gái của An Dương Vương, ở lại triều đình Âu Lạc khai thác nội tình. Cuộc xâm lăng tiếp sau đó của Triệu Đà đã thành công, An Dương Vương thua chạy rồi tự sát. (257 – 207 TCN)

2.1/ Âu Lạc invaded by northern enemies - the First Northern Domination (111 BC-40)

In 207 BC Âu Lạc was invaded by Nam Việt (Nanyue) from the North. Âu Lạc's professional military, particularly adept in the arts of the bows, helped it win several battles. In the end, as a cover to infiltrate Âu Lạc's court, Triệu Đà (Zhao Tou), king of Nam Việt, sent his son Trọng Thủy over, proposed to marry Mỵ Châu, daughter of An Dương Vương. Triệu Đà succeeded in a subsequent invasion attempt, forcing An Dương Vương to escape and then killed himself in defeat. (257-207 BC)

A SHORT SUMMARY OF VIETNAMESE HISTORY

Sau khi chiến thắng, Triệu Đà đã chia nước Âu Lạc thành 2 quận là Giao Chỉ và Cửu Chân, sát nhập vào nước Nam Việt nhưng về nội trị của Âu Lạc thì vẫn được duy trì như cũ.

Khi Triệu Đà mất, con cháu truyền ngôi được 4 đời. Đến năm 111TCN, triều đình nhà Hán đã thôn tính thành công nước Nam Việt, bao gồm cả Âu Lạc, bắt đầu thời kỳ nước ta nội thuộc trực tiếp nước Tàu. Sách sử gọi đây là thời kỳ Bắc thuộc lần thứ nhất. (111 TCN – 40)

2.2/ Năm 40, Hai Bà Trưng giành lại độc lập cho nước Âu Lạc. (40 – 43)

Vào năm 40, Âu Lạc bị cai trị bởi viên Thái Thú người Hán có tên là Tô Định. Tô Định là người tham lam và tàn ác, thêm nữa đất Âu Lạc còn bị dân Hán tràn

After the conquest, while Âu Lạc was annexed into Nam Việt and divided into two provinces called Giao Chỉ (Jiaozhi) and Cửu Chân (Jiuzhen) as Triệu Đà allowed for its self-rule as before.

After Triệu Đà passed away, his descendants ruled for four generations. In 111 BC the Hán's conquered the entire country of Nam Việt, including Âu Lạc, commencing a period when Vietnam was directly ruled by China. Historians called this period the First Chinese Domination (111 BC to 40 AD).

2.2/ In 40 The Trưng Sisters regained independence for Âu Lạc (40 - 43 AD)

Under Tô Định, a greedy and cruel Han governor, Âu Lạc suffered a crushing oppression by a corrupt administration in collusion with Han settlers to rob the

qua sinh sống, dựa vào thế lực của quan quyền người Hán, đã chiếm đoạt đất đai của làng xã dân Lạc, gây nên nỗi thống khổ cùng cực cho dân địa phương. Trước tình trạng này, hai chị em Bà Trưng, thuộc dòng dõi Vua Hùng, đã chiêu mộ quân sĩ nổi lên đánh đuổi Tô Định, xưng là Trưng Nữ Vương, đóng đô tại Mê Linh (tại ngoại ô Hà Nội ngày nay). Cuộc nổi dậy của Hai Bà đã được dân chúng tại nhiều nơi hưởng ứng, kể cả dân thuộc các quận huyện trong phần lãnh thổ Nam Việt.

Năm 43, triều đình Hán cử tướng Mã Viện đem quân sang chinh phục. Hai Bà bị thua trận tại Lãng Bạc (Bắc Ninh) phải tự trầm tại sông Hát. Có tới 5.000 quân của Hai Bà bị bắt và sát hại bởi quân Hán, sau đó Mã Viện đã đày 300 gia đình Lạc dân có ảnh hưởng trong dân chúng qua bên Tàu.

natives of their lands. In 40, the Trưng sisters, descendants of the Hùng Kings, came forward to lead an uprising against the Han's. The Sisters, proclaiming themselves The Trưng Queens, based their capital at Mê Linh, in today's outer suburb of Hà Nội. With the enthusiastic support of the populace, the uprising spread to many districts, including areas in the former Nam Việt territory.

In 43, the Han court sent general Mã Viện to head an army to subdue the uprising. Suffering the ultimate defeat at the battle of Lãng Bạc (Bắc Ninh), the Sisters drowned themselves in the Hát River. Up to 5,000 Trưng soldiers were killed or wounded by the Han's, and after the loss, 300 influential Lạc Dân families were exiled to China.

2.3/ Cuộc thất trận của Hai Bà Trưng khởi đầu thời kỳ Bắc thuộc thứ hai (43 – 542)

Kể từ thời kỳ này Lạc dân tại Văn Lang được coi như một trong các nhóm Bách Việt và được gọi là Lạc Việt. Mặt khác vào năm 226, Bắc triều (Nhà Đông Ngô), nhân sự kiện vùng Âu Lạc có nếp sinh hoạt khác biệt với vùng Nam Việt, đã chia vùng chiếm đóng chung này thành Giao Châu và Quảng Châu (theo đường biên giới Việt Hoa ngày nay). Sự kiện này đã ảnh hưởng tới việc Quảng Châu hoàn toàn trở thành một phần của nước Tàu ngày nay, trong khi Giao Châu sau này trở thành một quốc gia riêng biệt.

Trong thời gian Bắc thuộc lần 2, tại Giao Châu đã có 2 cuộc nổi dậy quan trọng.

Năm 247, Bà Triệu, tức Triệu Trinh Nương, là một

2.3/ The Two Trưng Sisters's defeat marked the start of the Second Chinese domination (43 - 542 AD)

From this moment onward Lạc people of Văn Lang were considered a branch of Bách Việt. Besides, due to the customs and traditions of Lạc Việt people were different to the rest of Nam Việt's population, in 226 Chinese court (The Eastern Wu) divided this occupied land into Giao Chau (Jiaozhou) and Quảng Châu (Guangzhao) along today's Sino-Vietnamese border. This incident, over the years, affectively turned Quảng Châu into an integral part of China while Giao Châu later on gradually became a distinct country.

During the Second Chinese Domination period, there were two important uprisings in Giao Châu.

In 247, while not successful in regaining the

thiếu phụ kiên cường, tuy chưa giành được tự chủ nhưng đã cầm quân và có những trận đánh lẫy lừng chống lại Bắc triều. Bà đã để lại câu nói còn được truyền tụng nhiều thế hệ sau: "Ta chỉ muốn cưỡi cơn gió mạnh, đạp luồng sóng dữ, chém cá tràng kình tại biển Đông, đánh đuổi quân Ngô, dựng lại giang sơn, cứu dân ra khỏi nơi đắm đuối, chứ không chịu khom lưng làm tỳ thiếp người ta".

Năm 468 Lý Trường Nhân đã nổi dậy thống lãnh toàn cõi Giao Châu chống lại Bắc triều. Sau khi ông mất, quyền bính được trao lại cho người em là Lý Thúc Hiển tiếp tục duy trì độc lập với phương Bắc, cầm cự tới năm 485 mới bị thua trận. Tổng cộng thời gian anh em Lý Trường Nhân và Lý Thúc Hiển duy trì được tự chủ cho Giao Châu là 17 năm.

independence, the campaign led by Lady Triệu whom called herself Triệu Trinh Nương, won many well-acclaimed battles against the Chinese court. Lady Triệu's legacy includes a famous declaration: "I'd rather ride the violent storm, surf the raging waves to kill sea monsters in the Eastern Sea, to expel Wu's army and save our people from the abyss, than to bow my head being a concubine for other".

In 468, Lý Trường Nhân led the uprising by the whole Giao Châu against the Han court. After his death, power was passed on to his brother Lý Thúc Hiển to continue the independence struggle, until his defeated in 485. Thus, Lý Trường Nhân and brother Lý Thúc Hiển maintained Giao Châu's independence for a total of 17 years.

2.4/ Lý Nam Đế ended the Second Chinese domination, establishing Vạn Xuân Nation (542 - 603)

In 542 Giao Châu's most important uprising in first half of the first millennium against Chinese happened, this time led by Lý Bí. Lý Bí not only took total control of Giao Châu but also push his army into Hợp Phố (Hepu) to confront the invading forces sent over by the Lương's (Liang).

Lý Bí ascended to the throne, assumed the name Lý Nam Đế and named the country Vạn Xuân ("Ten Thousand Springs") ending the Second Chinese domination period. After king Lý Nam Đế were kings Triệu Quang Phục, and Lý Phật Tử.

From 545, the Lương repeatedly attempted to invade Vạn Xuân. The wars raged on for many years. In early 603, the Tuỳ's (Sui), succeeding the Lương, made

Lương) cử Lưu Phương dẫn quân gồm 27 doanh sang xâm lăng nước ta. Lưu Phương theo đường Vân Nam tiến xuống đánh tan quân của Lý Phật Tử rồi bắt Lý Phật Tử đem về Tàu, chấm dứt 61 năm tự chủ của nước Việt, từ đây lại rơi vào vòng thống trị của Tàu thêm ba trăm năm nữa, đó là thời kỳ Bắc thuộc lần thứ 3.

2.5/ Thời kỳ Bắc thuộc lần thứ ba (603-938)

Trong 300 năm này, đã có nhiều cuộc nổi dậy bất thành của dân Giao Châu, đáng kể hơn cả là các cuộc khởi nghĩa của Lý Tự Tiên (687), Mai Thúc Loan (722), Phùng Hưng (791).

Tới năm 906 Khúc Thừa Dụ đã vận động và lấy lại được một nền tự trị tương đối cho Giao Châu, kéo dài tới năm 930 thì bị chiếm đóng trở lại.

another invasion bid with an army gathered from 27 bases. Marching south along the roads of Vân Nam (Yunnan), Lưu Phương attacked and defeated the forces of Lý Phật Tử, bringing him to China. With the end of the Việt nation's 61-year independence, from there on, again fell under Chinese rule for 300 years, the Third Chinese Domination.

2.5/ The Third Chinese Domination (603 - 938)

During this period the people of Giao Châu had many unsuccessful uprisings, notably those of Lý Tự Tiên (687), Mai Thúc Loan (722), and Phùng Hưng (791).

In 906, Khúc Thừa Dụ accomplished an autonomy for the country, which nevertheless ended in 930 when Giao Châu fell again under occupation.

A SHORT SUMMARY OF VIETNAMESE HISTORY

3/ In the 10th Century, our country enjoyed a continuous 400 year-era of independence under successive dynasties of Ngô, Đinh, Lê, Lý, Trần, and triumphs over the armies of Song and Mongol under the Lý and Trần dynasties

3/ Vào thế kỷ thứ 10, một kỷ nguyên độc lập liên tục 400 năm đã mở ra cho nước ta dưới các triều đại Ngô, Đinh, Lê, Lý, Trần với các chiến công phá Tống thời Lý và chiến thắng Mông Cổ thời Trần

3.1/ Ngô Quyền chấm dứt Bắc thuộc lần thứ ba, mở đầu 900 năm tự chủ của Việt Nam (938 – 1884)

3.1/ Ngô Quyền ended the 3rd Chinese Domination, opening a 900-year independence era for Vietnam (938-1884)

Vào năm 931 Dương Diên Nghệ từ vùng Ái Châu thuộc đất Văn Lang, dấy binh đánh đuổi quan cai trị của nhà Nam Hán, tự xưng là Tiết Độ Sứ giành quyền cai quản Giao Châu. Cầm quyền được 6 năm thì bị Kiều Công Tiễn thông đồng với Nam Hán làm phản.

In 931, Dương Diên Nghệ from Ái Châu, Văn Lang, assembled troops to revolt against Southern Han rulers. Dương proclaimed himself Tiết Độ Sứ, taking over the government of Giao Châu. His rule lasted for 6 years before Kiều Công Tiễn, colluded with the Southern Han, betrayed his leader.

A SHORT SUMMARY OF VIETNAMESE HISTORY

Ngô Quyền là tướng của Dương Diên Nghệ từ Phong Châu (Phú Thọ) kéo quân ra đánh Kiều Công Tiễn để báo thù cho chủ tướng. Hán chủ phái thái tử Hoằng Tháo dẫn quân xuống giúp Kiều Công Tiễn nhưng thực chất là để chiếm lại Giao Châu. Khi Hoằng Tháo tiến vào gần sông Bạch Đằng, thì Ngô Quyền đã giết chết Kiều Công Tiễn (938), làm chủ toàn bộ lãnh thổ Giao Châu, chuẩn bị binh lực chống quân Nam Hán.

Ngô Quyền cho đóng nhiều cọc gỗ lớn cắm xuống lòng sông, khi thủy triều lên cao, đầu cọc chìm dưới nước không trông thấy, khi thủy triều hạ xuống thì cọc mới nhô lên gây khó khăn cho việc xoay trở, Lợi dụng mực nước thủy triều, ông đã lừa được đoàn chiến thuyền Nam Hán trôi vào trận địa cọc và đánh bại được quân thù. Hoằng Tháo bị giết chết trong trận này. Đây là một chiến

Dương Diên Nghệ's general, Ngô Quyền, led his troops from Phong Châu (Phú Thọ) to avenge Dương's betrayal. Han's king sent his crown prince Hoằng Tháo with troops to help Kiều, but their main purpose was to reconquer Giao Châu. When Hoằng entered Bạch Đằng River, Kiều was already killed by Ngô Quyền (938), who had taken complete control of Giao Châu and prepared the army to fight against the Southern Han.

Ngô Quyền ordered large wood spikes planted in the riverbed which were submerged at high tide and the wood spikes would be above water at low tide causing disruption to traffic. Taking advantage of high tide, he lured Southern Han's forces into the battlefield of wood spikes and defeated the enemy. Hoằng Tháo was killed in this battle. This was a major victory ending The Third Chinese Domination,

thắng lớn, chấm dứt thời kỳ Bắc thuộc thứ 3, mở đầu cho 900 năm tự chủ của Việt Nam.

commenced a 900-year independence for Vietnam.

3.2/ Nhà Ngô (939 - 965)

3.2/ The Ngô Dynasty (939 - 965)

Đây là một triều đại ngắn, nội bộ nhiều xáo trộn và chưa đạt được dấu ấn gì đáng kể. Nhà Ngô kết thúc với tình trạng phân hóa toàn diện, đất nước phân tán thành 12 sứ quân đánh chiếm với nhau trong suốt 20 năm.

Ngô Quyền's brief reign accomplished little as it was infested with internal division. With its ending, the country suffered infightings between 12 warlords for 20 years.

3.3/ Nhà Đinh (968 - 980)

3.3/ The Đinh Dynasty (968 - 980)

Đinh Bộ Lĩnh là một trong 12 sứ quân đã chiến thắng và thống hợp giang sơn trở lại, đặt quốc hiệu là Đại Cồ Việt, đóng đô tại Hoa Lư. Dưới triều nhà Đinh Phật giáo phát triển cực thịnh tại nước ta. Với nước Tàu, nhà vua áp dụng đường lối giao thiệp mềm mỏng trong khi tổ chức binh lực hùng

Đinh Bộ Lĩnh, the emerging victor of the 12 warlords, unified and rename the country Đại Cồ Việt with the capital at Hoa Lư. Buddhism reached its apogee during the Đinh's reign. Towards China, the king employed a soft diplomacy while organizing powerful defensive forces. At his

mạnh ở trong nước. Khi nhà vua bị thuộc hạ ám sát, được tin bên Tàu chuẩn bị xâm lăng, Hoàng Thái Hậu Dương Vân Nga quyết định nhường ngôi nhà Đinh lại cho Tướng Quân Lê Hoàn để lo chống cự.

assassination, in preparation to counter the threat of imminent invasion from China, Empress Dương Vân Nga ceded all authorities to General Lê Hoàn.

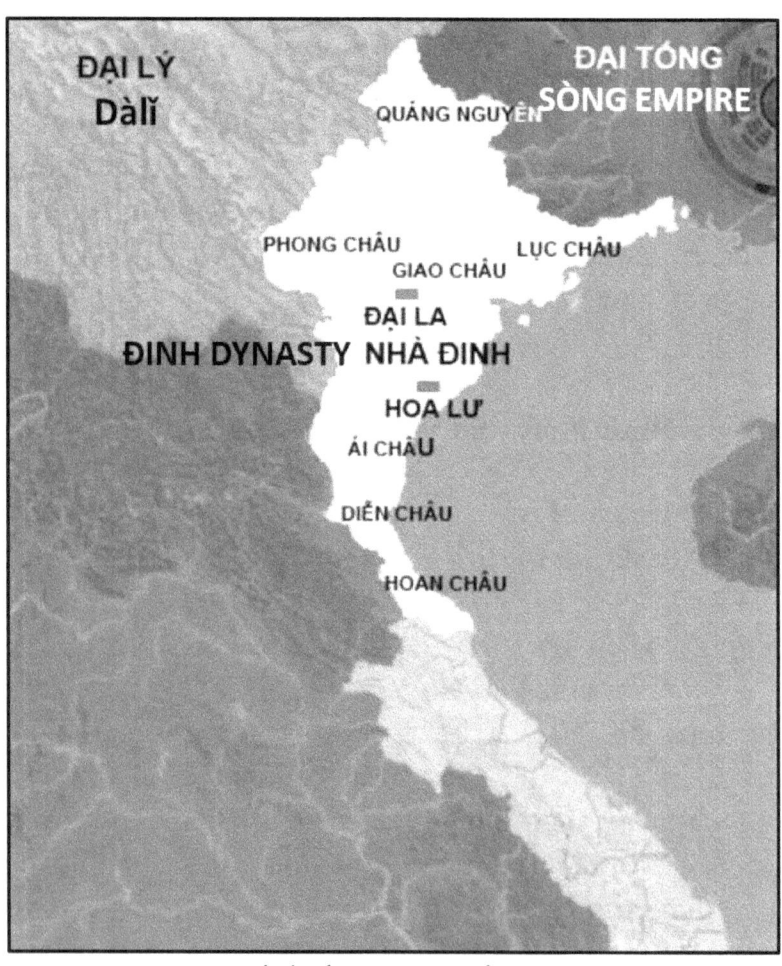

Đinh dynasty territory
Lãnh thổ nhà Đinh

3.4/ Nhà Tiền Lê (980 - 1009)

Triều đình Lê Hoàn được gọi là nhà Tiền Lê để phân biệt với triều đình họ Lê thứ nhì của nước ta năm thế kỷ sau đó. Trước sự hăm dọa của vua Tàu, Lê Hoàn đáp lại một cách nhún nhường nhưng phương Bắc vẫn cử quân tiến đánh theo hai mặt đường bộ và đường biển (981). Cánh quân Tàu theo đường bộ đã tiến sâu vào được nước ta trong khi cánh quân theo đường biển bị quân của Lê Hoàn chặn lại tại cửa sông Bạch Đằng (nơi Ngô Quyền chiến thắng quân Tàu trước đây), không sao tiến vào được nên phải rút về. Cánh quân trên bộ đợi lâu không được hỗ trợ, bị phía Lê Hoàn phản công nên tan vỡ phải rút về Tàu. Nhờ vậy phương Bắc chấp nhận hòa hiếu.

Trong khi Đại Cồ Việt bị tấn công từ mặt Bắc,

3.4/ The Early Lê Dynasty (980 - 1009)

Lê Hoàn's court, called the Early Lê (to distinguish from the Later Lê rule five centuries later). Facing the new threat from the Chinese king, Lê Hoàn responded diplomatically but that did not stop the invaders from advancing in 981, on the ground and in the sea. Chinese force crossed the land border into our country while attacking flank on waters was stopped at the estuary of Bạch Đằng River (where Chinese forces were crushed by Ngô Quyền earlier), unable to advance further, they had to withdraw. The ground force had to wait without re-enforcement, facing counter attacks by Lê Hoàn's side, was defeated and had to withdraw. As the result, Chinese had to accept the peace agreement.

Taking advantage of Đại Cồ Việt's struggles over the

Chiêm Thành lợi dụng tiến đánh từ phía Nam. Vì vậy sau khi chiến thắng quân Tàu, vua Lê mang quân chinh phạt Chiêm Thành, đánh chiếm kinh đô nước này, phá bỏ thành trì rồi rút về.

Dưới triều nhà Tiền Lê, Phật giáo tiếp tục có vị trí quan trọng, vị Thiền sư Ngô Chân Lưu được vua Đinh tin dùng vẫn tiếp tục được trọng dụng. Khi vua Lê Hoàn tạ thế, triều đình bị xáo trộn một thời gian ngắn vì tranh chấp giữa các Hoàng tử. Ngôi báu sau đó về tay Lê Long Đĩnh. Lê Long Đĩnh nổi tiếng là một ông vua hoang đàng và bạo ngược, nhà vua trị vì được 4 năm, khi chết con còn nhỏ, triều đình chán ghét nên đã suy cử Điện Tiền Chỉ Huy Sứ Lý Công Uẩn lên làm vua, chấm dứt Nhà Tiền Lê và lập nên Nhà Lý.

northern front, Champa forces mounted offensives from the south. To retaliate, after defeating the Chinese, king Lê send troop to punish Champa, occupying its capital, destroying their citadels before withdrawing.

During the Early Lê reign, Buddhism continued with its important position. Venerable monk Ngô Chân Lưu who was trusted by king Đinh, continued to be trusted and employed. When Lê Hoàn passed away, the court briefly fell into chao due to infighting amongst his princes. The throne soon fell into the hands of Lê Long Đĩnh, a notoriously cruel and debauched despot who ruled only for four years. At Đĩnh's death, to erase his repugnant legacy, the court enthroned Royal Guard general Lý Công Uẩn to be king, ending the Early Lê dynasty and establishing The Lý's reign.

3.5/ Nhà Lý (1010 - 1225)

Lý Công Uẩn lên ngôi vào năm 1010, nhà vua quyết định rời đô từ Hoa Lư về Đại La, đổi tên thành Thăng Long, nay là thành phố Hà Nội. Nhà Lý biến nước ta thành một quốc gia có tổ chức qui mô, phát triển về mọi mặt, đặc biệt về binh lực. Biên giới phía Bắc của nước ta với nước Tàu được phân định rõ ràng và ổn định một ngàn năm sau đó.

Dưới triều vị vua thứ ba Nhà Lý là vua Lý Thánh Tông, nước ta chính thức có tên là Đại Việt (1054), các cuộc giao tranh với Chiêm Thành tại phía Nam đạt thắng lợi về phía Đại Việt, lãnh thổ bành trướng tới tỉnh Quảng Trị ngày nay. Về phía Bắc, trước đe dọa xâm lăng của Tàu, Tướng Lý Thường Kiệt đã quyết định tấn công trước (1075), tiến quân qua Tàu phá được các căn cứ tại

3.5/ The Lý Dynasty (1010 - 1225)

Acceding to the throne in 1010, King Lý Công Uẩn moved the capital from Hoa Lư to Đại La and changed its name to Thăng Long which is today's Hà Nội. The Lý dynasty transformed our country into a well-organized state, making progress in many aspects, especially with the armed forces. The northern border was clearly delineated and settled for a thousand years.

Under the official name of Đại Việt during the reign (1054) of the 3rd Lý king, Lý Thánh Tông, through battles won against Chiêm Thành (Champa) the country expanded south to the modern-day Province of Quảng Trị. In the North, pre-empting an invasion threat, General Lý Thường Kiệt attacked Chinese bases at Liêm Châu (Lianzhou) and Ung Châu (Yongshou) across the border in 1075.

Liêm Châu và Ung Châu. Đạo quân Tàu tấn công Đại Việt sau đó bị ngăn chặn ở bến sông Như Nguyệt không tiến xa hơn được. Cuối cùng hai bên phải xử hòa và quân Tàu rút trở về phương Bắc vào năm 1077, mở đầu cho thời giao hảo giữa hai nước kéo dài được hơn 100 năm.

Đến đời vua thứ 8 của Nhà Lý, quyền lực trong triều ở trong tay quan Điện Tiền Chỉ Huy Sứ Trần Thủ Độ. Trần Thủ Độ ép vua Lý truyền ngôi cho con gái là công chúa Lý Chiêu Hoàng. Sau đó ông dàn xếp để người cháu là Trần Cảnh kết duyên với Lý Chiêu Hoàng và vua Lý Chiêu Hoàng nhường ngôi lại cho chồng. Triều đại Nhà Lý vì vậy đã kết thúc sau 215 năm, chuyển qua Nhà Trần với một hình thức êm thấm.

3.6/ Nhà Trần (1225 - 1400)

Giống như Nhà Lý, Nhà

Blocked at the Như Nguyệt River, Chinese forces could not advance any further. Both sides finally agreed to mutually withdraw in 1077, commencing a peaceful period lasting over a hundred years.

During the reign of the Lý dynasty's 8th king, Trần Thủ Độ, the Commander of the Royal Guards Corp, pressured king Lý to cede reign to daughter Lý Chiêu Hoàng. Arrangements were then made to marry Princess Hoàng to Trần's nephew Cảnh, in effect enthroning him. The Lý's rule thus ended after 215 years, and the scepter quietly and peacefully went to the Trần's.

3.6/ The Trần Dynasty (1225 - 1400)

Like their predecessors, the

Trần là một triều đại lâu dài và hiển hách trong lịch sử nước ta. Điểm đặc biệt dưới triều Trần là các chức vụ quyền lực đều được thâu tóm trong tay tôn thất nhà Trần, thậm chí hôn nhân cũng giới hạn trong cùng dòng tộc. Một quy định khác là thiết lập ngôi vị Thái Thượng Hoàng. Sau khi truyền ngôi, vị vua kế vị lo việc triều chính, vua Cha trở thành Thái Thượng Hoàng để cố vấn và lấy các quyết định quan trọng, kể cả việc phế truất Vua đương nhiệm nếu cần.

Dưới triều nhà Trần, guồng máy hành chánh, canh nông được coi trọng. Có quan Hà Đê đặc trách bảo trì đê điều để tránh lụt lội, binh lính luân phiên ở lại quân ngũ và về quê làm ruộng. Về văn hóa, Nhà Trần coi trọng việc dùng chữ Nôm và cuốn Việt sử đầu tiên đã được biên soạn. Mặt khác, đạo Phật là tôn

long-lasting Trần's rule was equally glorious in the history of Vietnam. Remarkably, during their reign all powers were constrained within the royal families; the restriction extended even to marriages. Another peculiarity was the establishment of the role of Supreme Monarch: while the rule and authority over court affairs were passed on to his heir, the abdicated king became Supreme Monarch who not only could advise his successor but also took critical decisions, including the ability to remove the latter from office.

Beside governance, agriculture was most important. An official titled Hà Đê (Department of Rivers and Dykes) was specially designated to oversee dam's maintenance to mitigate floods. Soldiers took turns between enlisting and returning home to farm. On cultural field, Trần rulers promoted the use of Nôm

giáo được sùng bái, vua Trần Nhân Tông, vị vua thứ ba đời nhà Trần, sau khi nhường ngôi cho con vào năm 1293, đã xuất gia tu hành, thành lập Thiền phái Trúc Lâm, được coi là nền Phật giáo chính thức của Đại Việt thời đó.

Đến năm 1394, dưới triều vua Trần Thuận Tông, vị vua thứ 10 đời Nhà Trần, mặc dù quyền hành vẫn nằm trong tay Thượng Hoàng Nghệ Tông, quyền bính dần được giao cho Lê Quý Ly, một thân tộc phía bên ngoại. Khi Thượng hoàng Nghệ Tông băng hà, Lê Quý Ly làm áp lực để vua Trần Thuận Tông nhường ngôi cho con là Trần Thiếu Đế, cháu ngoại của Hồ Quý Ly, mọi chuyện từ đấy hoàn toàn do Lê Quý Ly định đoạt. Tới năm 1400, không còn cần che đậy gì nữa, Lê Quý Ly chính thức phế bỏ vua Trần Thiếu Đế, chiếm đoạt ngôi

and the first official Vietnamese history book was compiled. Buddhism was revered: King Trần Nhân Tông, the third king, having ceded the throne to his son in 1293, became a monk and founder of the Trúc Lâm Zen Buddhist, considered the official religion of then Đại Việt.

In 1394 under the reign of Trần Thuận Tông, the 10th king of the dynasty, though powers were still held by the Supreme Monarch Trần Nghệ Tông, gradually a lot of power was given to Lê Quý Ly, a maternal relative of the Trần. After the death of the Supreme Monarch, Lê pressured Trần Thuận Tông to pass on the throne to his son, king Trần Thiếu Đế, a maternal grandson of Lê Quý Ly. From there, Lê decided everything. Lê went on to rule openly in 1400, no longer in need to hide his usurpation, Lê Quý Ly officially overthrew the king Trần Thiếu Đế, the Trần

vua, Nhà Trần chấm dứt sau 175 năm tại vị.

3.7/ Nhà Trần 3 lần chống quân Mông Cổ xâm lăng.

Điểm son dưới triều Nhà Trần và cũng là trong toàn lịch sử nước ta là chiến tích đã đẩy lui ba lần xâm lăng của Mông Cổ.

<u>Cuộc xâm lăng lần thứ nhất của Mông Cổ</u>

Vào năm 1257, quân Mông Cổ sau khi bành trướng qua đến Âu Châu và chiếm đóng một phần nước Tàu đã cử sứ giả qua Đại Việt buộc vua Trần Thái Tông phải đầu hàng. Nhà vua bắt giam sứ giả và cử Tướng Trần Quốc Tuấn tổ chức phòng bị ở biên giới phía Bắc. Liền đó, quân Mông Cổ tấn công Đại Việt, tiến chiếm kinh đô Thăng Long và tàn sát toàn bộ dân Việt tại đây. Núng thế, nhà Vua có ý xin hàng nhưng với lời

dynasty ended its 175 years in power.

3.7/ The Trần Dynasty fought Mongols' invasions three times

The greatness of the Trần Dynasty, and the pride of Vietnam in all of its history, was the thrice triumphs over Mongols in their invasion attempts.

<u>The first Mongolian invasion</u>

In 1257, after the conquesst of Europe and a large part of China, the Mongolian empire sent envoys to Đại Việt to demand King Trần Thái Tông's capitulation. The king imprisoned the envoys and ordered General Trần Quốc Tuấn to make preparations to defend the northern border. Mongols immediately attacked, overwhelming capital Thăng Long and killing all its population. The frightened king leaned towards

cương quyết của Thái Sư Trần Thủ Độ "Đầu tôi chưa rơi xuống đất thì xin bệ hạ đừng lo" triều đình nhà Trần tiếp tục cầm cự. Đến đầu năm 1258, lợi dụng thời tiết khắc nghiệt khiến sức chiến đấu của Mông Cổ suy giảm, vua Trần Thái Tông đích thân dẫn chiến thuyền ngược sông Hồng tấn công địch tại Thăng Long. Bị đánh bất ngờ quân Mông Cổ thua to phải rút về Vân Nam.

Cuộc xâm lăng lần thứ hai của Mông Cổ

Đầu năm 1285, Mông Cổ đã thống trị toàn cõi nước Tàu, lập nên triều đại nhà Nguyên. Vua Nguyên sai Thái Tử Thoát Hoan cùng 2 Thượng Tướng là Toa Đô và Ô Mã Nhi dẫn 500.000 quân xâm lăng Đại Việt. Cánh quân đường bộ do Thoát Hoan chỉ huy từ phương Bắc xuống tiến đánh chiếm được nhanh

surrendering, but with Premier Trần Thủ Độ's dogged determination, assured the king, "My head has not fallen, His Majesty must not worry"- the court kept on fighting. Early 1258, taking advantage of a severe weather bout affecting the Mongols, the king himself took the lead in bringing naval forces upstream of the Red River to retake Thăng Long. Defeated by the surprise counter-attack, Mongol's fighters hastily retreated to Vân Nam.

The second Mongolian invasion

Early 1285, having conquered China entirely, Mongol's King sent crown prince Thoát Hoan (Toghan), accompanied by generals Toa Đô (Sogetu) and Ô Mã Nhi (Omar), lead 500,000 soldiers south to invade Đại Việt. The ground flank led by Thoát Hoan quickly captured Thăng Long. The naval flank under Toa Đô

chóng kinh đô Thăng Long. Cánh quân theo đường biển do Toa Đô chỉ huy đánh ngược từ Nghệ An lên và đẩy lùi quân Nhà Trần về Thanh Hóa. Đang lúc quân Mông Cổ thắng thế cả ở hai mặt trận Bắc và Nam thì thủy quân nhà Trần do Tướng Trần Nhật Duật chỉ huy đánh bại và giết được Toa Đô tại Hàm Tử. Quân nhà Trần thừa thắng đẩy quân Mông Cổ về phía Thăng Long. Thoát Hoan dẫn quân ra cứu viện thì bị phục binh của Trần Quang Khải đánh tan. Quân Mông Cổ thua to phải tháo chạy về Tàu, chủ tướng Thoát Hoan phải núp trong một chiếc ống đồng để tránh các trận mưa tên độc của quân Đại Việt.

Trong cuộc kháng cự quân Mông Cổ lần này, phía Nhà Trần có hai hội nghị quan trọng được ghi nhận trong lịch sử đó là Hội Nghị Bình Than vào năm 1282 của các tướng lãnh quyết định

attacked from Nghệ An to the north, pushing Trần forces to Thanh Hoá. While the Mongols were winning on both fronts, north and south, General Trần Nhật Duật defeated and killed Toa Đô at Hàm Tử Estuary. Riding the momentum, Trần forces went on repelling Mongols toward Thăng Long. Thoát Hoan led his troops out to rescue but was defeated by Trần Quang Khải's ambushing troops. Losing badly on all fronts, Mongol soldiers scampered back to China with their leader Thoát Hoan hiding inside a bronze tube to avoid raining poisoned arrows from Đại Việt forces.

In this resistance against the Mongolian, the Trần court had two important gatherings recognized in our history. They were the Bình Than Convention in 1282 where commanders decided on

A SHORT SUMMARY OF VIETNAMESE HISTORY

về kế sách điều động quân sự và Hội Nghị Diên Hồng vào năm 1285 gồm các bô lão đại diện dân chúng để huy động ý chí toàn dân đoàn kết chống giặc.

Cuộc xâm lăng lần thứ ba của Mông Cổ

Hai năm sau, đại quân Mông Cổ do Thoát Hoan và Ô Mã Nhi trở lại xâm lăng Đại Việt. Trong trận phục thù này, hai cánh quân Mông Cổ do Thoát Hoan và Ô Mã Nhi kéo từ phía Bắc xuống đánh chiếm được nhanh chóng các thành lũy quân sự của Nhà Trần.

Quân Nhà Trần rút lui, áp dụng chiến thuật thanh dã di chuyển theo dân chúng trong vùng và thiêu hủy toàn bộ lương thực. Phía quân trên bộ của Mông Cổ chỉ trông cậy vào đoàn 500 thuyền lương thảo do Trương Văn Hổ tiếp viện đưa vào Đại Việt theo ngả sông Bạch Đằng.

military strategies and the Diên Hồng Convention in 1285 where elders advocated for rallying will of the populace in unison to fight the enemy.

Troisième invasion mongole

Two years later, the Mongolian army under Thoát Hoan and Ô Mã Nhi returned to invade Đại Việt. In this revenging attempt, the two groups led by Thoát Hoan and Ô Mã Nhi quickly captured many of the Trần's strongholds.

Employing the strategy of privation, Trần forces and the populace destroyed all foods before retreating. Mongols ground troops only relied on the supplies in 500 boats led by Trương Văn Hổ whom was entering Đại Việt via Bạch Đằng River.

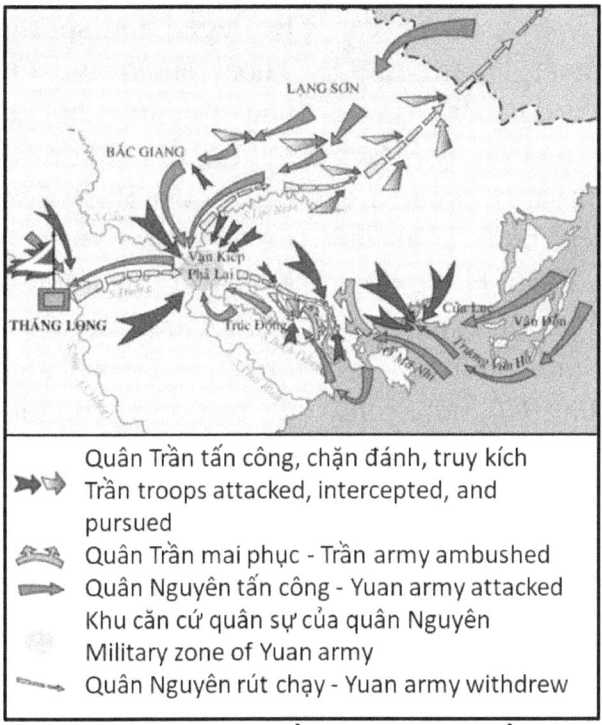

Battles of Vân Đồn and Bạch Đằng
Trận Vân Đồn và Bạch Đằng

Chiến tích đầu tiên giúp bẻ gẫy cuộc xâm lăng này đã đạt được bởi Tướng Trần Khánh Dư khi ông tấn công tiêu hủy toàn bộ đoàn thuyền tiếp tế này tại Vân Đồn và thả cho một số tàn quân chạy thoát về Thăng Long, Vạn Kiếp báo tin, tạo hoang mang trong hàng ngũ địch.

The first victory which helped destroying this attempt invasion was achieved by general Trần Khánh Dư after he attacked and destroyed all these supply boats at Vân Đồn and released a number of captured soldiers to run to Thăng Long, Vạn Kiếp to spread out the news causing anxieties amongst the enemy army.

Bị bao vây trên bộ và cạn lương, Thoát Hoan và Ô Mã Nhi chỉ còn cách rút về Tàu qua ngả sông Bạch Đằng để thoát ra biển. Biết rõ kế sách của địch, đại quân của Trần Hưng Đạo đã tổ chức một cuộc phục kích quy mô đánh tan lực lượng Mông Cổ trên sông Bạch Đằng, bắt sống toàn bộ tướng lãnh Mông Cổ kể cả Ô Mã Nhi, chỉ một mình Thoát Hoan thoát được bằng đường bộ về lại Vân Nam.

Trên cùng khúc sông Bạch Đằng, trong 300 năm Đại Việt đã thắng 3 trận đánh lớn, năm 938 bởi Ngô Quyền, năm 981 bởi Lê Hoàn và năm 1288 bởi Trần Hưng Đạo.

Sau khi chiến thắng, vua Trần Nhân Tông và Thượng Hoàng Thánh Tông đã quyết định đốt các hàng biểu bắt được, tha tội cho hết cả các viên chức triều đình đã đầu hàng giặc.

Besieged and short of foods, Thoát Hoan and Ô Mã Nhi had nothing but only one option to withdraw back to China via Bạch Đằng River to escape to the sea. Knowing the enemy strategy Trần Hưng Đạo's army set up a major ambush to destroy the Mongol force on Bạch Đằng River, capturing alive all Mongol generals including Ô Mã Nhi, but Thoát Hoan managed to escaped by road back to Vân Nam.

Thus, over the same bend on the Bạch Đằng River, Đại Việt won three great battles in 300 years: under Ngô Quyền in 938, Lê Hoàn in 981, and Trần Hưng Đạo in 1288.

After victory, King Trần Nhân Tông and Supreme Monarch Trần Thánh Tông decided to burn all captured surrender documents and grant amnesty to officials who had opted for capitulation.

Satellite photo of the section of the Bạch Đằng river where Ngô Quyền and Trần Hưng Đạo won brilliant victories against the invaders from the North in 938 and 1288. Many wooden stakes are still visible in the rice fields on the right, where the bed of the river was many centuries ago

Hình chụp từ vệ tinh khúc sông Bạch Đằng, nơi Ngô Quyền và Trần Hưng Đạo đã chiến thắng quân xâm lăng từ phương Bắc vào các năm 938 và 1288. Nhiều cọc gỗ còn phát hiện được tại vùng ruộng bên mặt, là lòng sông nhiều thế kỷ trước đây.

A SHORT SUMMARY OF VIETNAMESE HISTORY

4/ In 15th Century, Đại Việt was under the 4th Chinese Domination during the Ming dynasty. Lê Lợi's victory ended this 20-year domination commencing a next 100-year era of autonomy

4/ Vào thế kỷ 15 Đại Việt bị Bắc thuộc lần thứ 4 bởi Nhà Minh bên Tàu. Chiến thắng của Lê Lợi đã chấm dứt cuộc đô hộ kéo dài 20 năm này, mở đầu cho giai đoạn 100 năm tự chủ kế tiếp

Sau khi chiếm được ngôi nhà Trần vào năm 1400, Lê Quý Ly đổi tên là Hồ Quý Ly, đồng thời đổi tên nước từ Đại Việt thành Đại Ngu. Tuy việc ngôi vua chuyển từ một dòng họ qua dòng họ khác là diễn biến không tránh được trong lịch sử, nhưng phương cách Hồ Quý Ly đoạt ngôi nhà Trần cũng như các việc làm của ông trước và sau đó đã không được lòng người và tạo được ấm no và ổn định xã hội nên Nhà Hồ bị xụp đổ nhanh chóng trước cuộc xâm lăng từ phương Bắc.

Usurping the throne from the Trần in 1400, Lê Quý Ly changed his name to Hồ Quý Ly and the country from Đại Việt to Đại Ngu. While the changing of the ruling monarch from one clan to another was inescapable in history, the way Hồ took over the throne from the Trần family, as well as his actions before and after the fact displeased many people. Further weakened by a general dissatisfaction with his failure in creating order and prosperity, Hồ's rule quickly collapsed in front of another invasion from the north.

A SHORT SUMMARY OF VIETNAMESE HISTORY

4.1/ Đại Việt bị Nhà Minh xâm lăng, Bắc Thuộc lần thứ 4

Năm 1406 Minh Triều bên Tàu lúc đó là một triều đại cực mạnh, quân Minh đã lấy cớ " phù Trần diệt Hồ " đem quân xâm lấn nước ta. Nhà Hồ đã có những chuẩn bị kháng cự đáng kể về quân sự nhưng vì lòng người ly tán, triều đình không được hậu thuẫn của toàn dân và bản thân Hồ Quý Ly cũng không có tài quân sự nên chỉ trong vài tháng quân Minh chiếm trọn nước ta. Trương Phụ cùng Mộc Thạnh, Liễu Thăng chỉ huy đoàn quân xâm lăng tiến vào Đại Việt, đánh đâu thắng đó, tới tháng 6 năm 1407 thì bắt sống được toàn bộ Thái Thượng Hoàng Hồ Quý Ly, Vua Hồ Hán Thương và Thượng Tướng Hồ Nguyên Trừng.

Sau chiến thắng năm 1407, nhà Minh chia nước ta

4.1/ Invaded by the Ming, Đại Việt was under the 4th Chinese Domination

Under the pretext of "Support the Trần defeat the Hồ", in 1406, the powerful Ming dynasty invaded Đại Việt. While there were significant defensive preparations, for lack of support by the populace and the fact that Hồ himself was not a military strategist, the Ming managed to occupy the whole country in just a few months. Under the commands of Trương Phụ (Zhang Fu), Mộc Thạnh (Mu Sheng), and Liễu Thăng(Liu Sheng), the invading army won every battle on their way, capturing Supreme monarch Hồ Quý Ly, King Hồ Hán Thương, and General Hồ Nguyên Trừng in June 1407.

After the 1407 victory, the Ming established colonial

thành quận huyện, thiết lập chính quyền đô hộ trực trị trên khắp đất nước, khởi đầu thời kỳ Bắc thuộc lần thứ 4. Quốc hiệu nước Đại Việt bị hủy bỏ, cả nước chỉ được coi là một quận thuộc Tàu với tên gọi là Giao Chỉ quận. Nhà Minh thi hành chính sách đồng hoá dân tộc và bóc lột tàn bạo. Chúng đặt ra hàng trăm thứ thuế nặng nề. Các thành phần ưu tú bị bắt về phục vụ cho Minh Triều, phụ nữ, trẻ em bị bắt đưa về Tàu làm nô tì. Các phong tục tập quán của người Việt bị cấm cản, các sách quý do người Việt viết đều bị thiêu hủy hoặc mang về Tàu.

Nhiều cuộc nổi dậy chống lại quân chiếm đóng, đáng kể hơn cả là cuộc kháng chiến của Giản Định Đế, đều bị đánh tan.

government for a direct administration throughout the country, dividing Đại Việt into provinces and districts commencing the 4th Chinese Domination period. The name Đại Việt was abolished and the whole country was considered a Chinese province by the name Giao Chi. The Ming carried out policies of assimilation and cruel exploitation. They issued hundreds of heavy taxes. Elite demographics were taken to China to serve the Ming court, women and children were taken to China to become servants. Vietnamese customs and traditions were prohibited, precious ancient literature destroyed or brought back to China.

Many uprisings against the occupiers, notably the resistance led by Giản Định Đế, were suppressed.

4.2/ Lê Lợi đánh đuổi quân Minh, giành lại tự chủ cho Đại Việt sau 10 năm kháng chiến

Năm 1416 Lê Lợi là một điền chủ vùng Thanh Hóa đã cùng 18 người bạn tổ chức Hội Thề Lũng Nhai, tế cáo Trời Đất nguyện cùng nhau lo việc giải phóng quê hương. Mùa xuân năm 1418 Lê Lợi phất cờ khởi nghĩa, tự xưng là Bình Định Vương, truyền hịch kêu gọi toàn dân đứng lên đánh đuổi quân xâm lược. Lê Lợi tiến ra Bắc tấn công quân Minh, sau vài chiến thắng nhỏ đã bị giặc vây khốn ngặt nghèo, Lê Lai phải mặc áo bào giả làm Lê Lợi để bị giặc giết, vua Lê mới cùng tàn quân trốn thoát.

Năm 1424, theo kế sách của Lê Trích, Lê Lợi tiến về miền Nam đánh các căn cứ yếu hơn của quân Minh để tăng cường lực lượng. Nhờ tài dụng binh khôn ngoan,

4.2/ Lê Lợi repulsed the Ming after 10 years of resistance to reclaim Đại Việt's independence

A landowner from the region of Thanh Hoá, Lê Lợi co-organized Lũng Nhai Sworn Ceremony with 18 friends in 1416, swearing an oath to liberate the homeland. Proclaiming himself Bình Định Vương in 1418, Lê issued an edict calling for the populace to rise up to evict the invaders. Lê Lợi moved his troops north to attack the Ming's troops. After winning a few small battles his army was dangerously surrounded by the Ming forces. Lê Lai had to wear yellow cloak posing as Lê Lợi to be killed so that king Lê could escape.

Following the strategic plan proposed by Lê Trích, in 1424 Lê Lợi turned south both to attack Ming forces' weaker bases and to attract more recruits. With strategic

quân tướng dũng mãnh, chỉ trong 2 năm lực lượng của Lê Lợi làm chủ được vùng đất từ Thanh Hóa vào tới Nghệ An, từ đó ông đã quyết định tiến đánh ra Bắc theo 3 cánh quân và đã chiến thắng nhiều trận quyết định là các trận Ninh Kiều, Tụy Động và Chi Lăng.

Trong trận Chi Lăng, phục binh của Lê Lợi đã giết được danh tướng Liễu Thăng của nhà Minh cử qua để giải tỏa vòng vây cho Đông Đô (tên gọi của Thăng Long dưới thời nhà Minh). Quân trong thành tuy còn mạnh nhưng không có tiếp viện, do tài du thuyết của Nguyễn Trãi, đã chấp nhận rút toàn bộ về Tàu. Đại Việt lấy lại độc lập sau 20 năm Bắc thuộc.

Bình Định Vương Lê Lợi sai Nguyễn Trãi viết bản

vision and fierce fighters, within only two years Lê Lợi took control of the territory from Thanh Hoá to Nghệ An. From there, he decided to head north in a three-pronged attack, winning decisive battles at Ninh Kiều, Tuỵ Động, and Chi Lăng.

During the battle of Chi Lăng, Lê Lợi troops ambushed and killed the Ming's famed Commander Liễu Thăng, who was sent to free besieged Đông Đô, the name given by the invaders to the city of Thăng Long. Though with strong reserves within the citadel but deprived of reinforcement, Ming's force agreed to withdraw to China on the terms negotiated by the talented envoy Nguyễn Trãi. After 20 years under Chinese domination, Đại Việt regained its independence.

Bình Định Vương ordered Nguyễn Trãi to prepare a

hiệu triệu công bố cho toàn dân, đây là một áng văn lịch sử có tên là "Bình Ngô Đại Cáo" (1427).

grand announcement to the people, a historical epic titled "Bình Ngô Đại Cáo" (Great Declaration of the Removal of the Ngô's) in 1427.

5/ 300 years of civil wars in the 16th, 17th and the 18th centuries and Đại Việt's expansion to the south

5/ Cuộc nội chiến gần 300 năm giữa người Việt trong ba thế kỷ 16, 17, 18 và việc mở mang bờ cõi của Đại Việt về phương Nam

Vua Lê Lợi đã có công đánh đuổi quân xâm lược Nhà Minh, khởi nghiệp năm 1418, chính thức tại ngôi từ 1428 tới 1433. Sau khi vua băng hà, triều Lê bị xáo trộn một số năm sau đó. Phải tới vị vua kế nghiệp thứ 5 là vua Lê Thánh Tôn, xã tắc mới được ổn định. Vua Thánh Tôn đã có nhiều cải cách quan trọng về mọi mặt từ hành chánh, học vấn, quân sự, nông nghiệp tới thủ công nghiệp. Dưới triều vua Thánh Tôn, chế độ nô lệ đã bị hủy bỏ. Ruộng công tại các thôn được luân phiên phân phát cho dân cày cấy, chỉ ruộng công phải chịu nộp thuế cho

King Lê Lợi, credited with the expelling the Ming invaders, began his public calling in 1418, officially reigned from 1428 to 1433. After the king passing, the Lê court went into disarray for several years. Not until the 5th king, king Lê Thánh Tôn inherited the throne that the country was stabilized. King Thánh Tôn instituted reforms in all aspects of civic life, namely administration, education, military, agriculture and tradecrafts. During the reign of Lê Thanh Tôn, slavery was abolished. The crown's estate was alternately assigned in turn to farmers for cultivation. Taxes were only collected

triều đình, ruộng tư được miễn. Dân chúng được dạy nghề tinh xảo, có nhiều gia đình có thể sống bằng lợi tức nghề thủ công, không cần phải tùy thuộc vào canh tác.

Luật Hồng Đức đã được soạn thảo để quy định sinh hoạt trong xã hội, đây là bộ luật giá trị, được tiếp tục áp dụng nhiều thế kỷ sau đó. Nhà vua cũng sai Sử quan Ngô Sĩ Liên soạn bộ Đại Việt Sử Ký Toàn Thư thay thế cho các sách sử đã bị quân Minh đem về Tàu và các biến cố sau khi lấy lại độc lập. Đây là bộ sử xưa nhất còn lưu trữ được tới ngày nay.

5.1/ Nước Đại Việt bị nội chiến, 300 năm Nam Bắc phân tranh

Khi vua Lê Thánh Tôn băng hà vào năm 1497, nhà Lê bắt đầu rơi vào tình trạng suy thoái. Các vị vua

from the crown land while private lands were exempted. People were taught skills in crafts from which many could make a living in lieu of hard labor on the land.

The Hồng Đức Law was written to regulate social activities. This was an invaluable set of lawbooks guiding civic life that it continued to apply for centuries later. To replace the literature stolen to China by the Ming, and to remember events since regaining independence, the king edicted Ngô Sĩ Liên, a learned official, to compile Đại Việt Sử Ký Toàn Thư, the oldest history books on record to this day.

5.1/ Đại Việt's Civil War, 300 years North-South division

After the passing of king Lê Thánh Tôn in 1497, the Lê dynasty started to crumble with vile and incompetent

kế nghiệp sa đọa, bất tài. Đến năm 1527 Mạc Đăng Dung chiếm đoạt ngôi vua, chấm dứt giai đoạn kéo dài 100 năm do họ Lê trị vì, được gọi là Nhà Lê sơ.

Mạc Đăng Dung làm vua được 6 năm thì các cựu thần nhà Lê nổi lên chống lại, chiếm được vùng đất từ Thanh Hóa trở vào Nam, tái lập nhà Lê, sách sử gọi là Lê Trung Hưng. Tuy danh xưng là nhà Lê nhưng vua Lê chỉ giữ hư vị, quyền lực đều trong tay Nguyễn Kim, được chuyển qua con rể là Trịnh Kiểm khi Nguyễn Kim tử trận. Họ Trịnh sau đó xưng Chúa, ngôi Chúa cũng truyền cho con cháu không khác gì ngôi Vua, Trịnh Kiểm là vị Chúa đầu tiên.

Trong cuộc giao tranh giữa họ Trịnh và họ Mạc, giang sơn Đại Việt bị chia thành Nam Triều (từ Thanh Hóa trở vào Nam) và Bắc Triều do họ Mạc cầm quyền tại Thăng Long và vùng đất

successors. Mạc Đăng Dung usurped the throne in 1527, ending the Lê's 100 years reign called Lê Sơ (Original Lê).

Mạc reigned for 6 years before the former Lê mandarins rebelled, re-established the Lê which is called Lê Trung Hưng (Restored Lê Dynasty) but the real power was in the hands of Nguyễn Kim, and subsequently Trịnh Kiểm while king Lê was just their puppet. The Trịnh's then took the title of Lords, passing the crown in succession just as kings. Trịnh Kiểm was the first Lord.

During the 50-year infighting between Mạc's and Trịnh's, the first stage of the 300-year civil war of Vietnam's history, Đại Việt was divided into the South Court (from Thanh Hóa to the southern

phía Bắc Thanh Hóa. Cuộc chiến kéo dài 50 năm, đây là giai đoạn đầu của cuộc nội chiến gần 300 năm giữa người Việt trong lịch sử nước ta.

Để bảo vệ ngôi vị, khi Nguyễn Kim chết, Trịnh Kiểm đã điều Nguyễn Hoàng, là con của Nguyễn Kim, vào Thuận Hóa là phần đất hoang vu và xa xôi nhất của Đại Việt về phương Nam. Khi Trịnh Kiểm chết, vì e ngại thế lực của họ Nguyễn tại phương Nam ngày một lớn, vào năm 1592 chúa Trịnh lúc đó là Trịnh Tùng đã điều Nguyễn Hoàng ra Bắc để dễ kiểm soát. Sau 8 năm trong vòng kiềm tỏa của Trịnh Tùng, Nguyễn Hoàng đã thoát trở về miền Nam. Từ đó xây dựng lực lượng, xưng Chúa tại miền Nam và không còn tuân phục họ Trịnh nữa. Giao thiệp giữa hai miền trở nên căng thẳng, nguy cơ chiến tranh có thể xảy ra bất cứ lúc nào.

border) under the rule of Trịnh acting on king Le's behalf and the North Court from Thăng Long to north of Thanh Hóa under the Mạc's.

To protect his position, after Nguyễn Kim's death, Trịnh Kiểm sent Nguyễn Hoàng, son of Nguyễn Kim, to Thuận Hóa an inhabitant land further most to the south. At Kiểm's death, fearing the Nguyễn's growing prestige in the south, in 1592 Lord Trịnh Tùng recalled Nguyễn Hoàng to the north in order to keep an eye on him. After 8 years under Trịnh Tùng's control, Nguyễn Hoàng escaped to return to the south. From there, he built up his strength, proclaiming himself Lord of the South and refused to be under Trinh's authority. The relationship between both regions became tense, the risk of war could occur at any time.

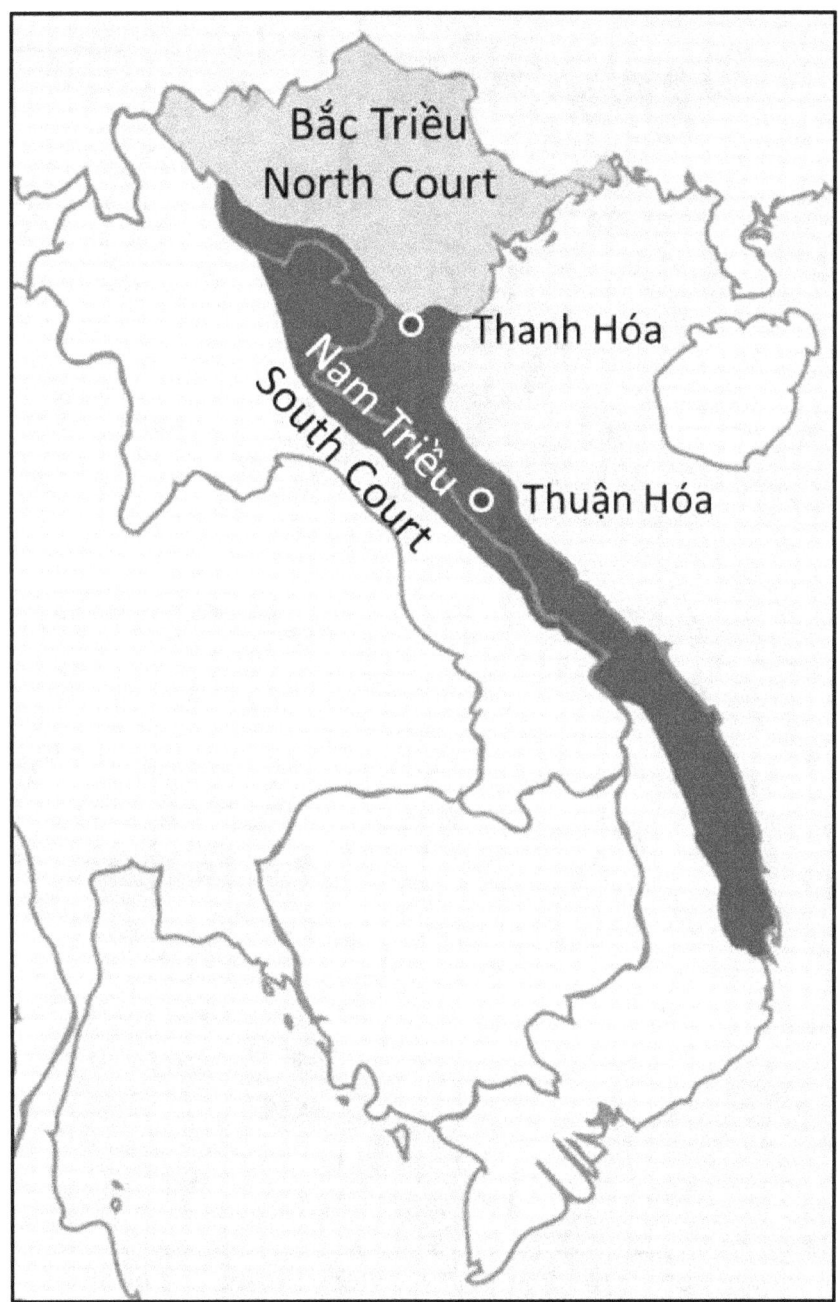

North and South Courts around the 17th century
Nam Bắc triều vào thế kỷ 17

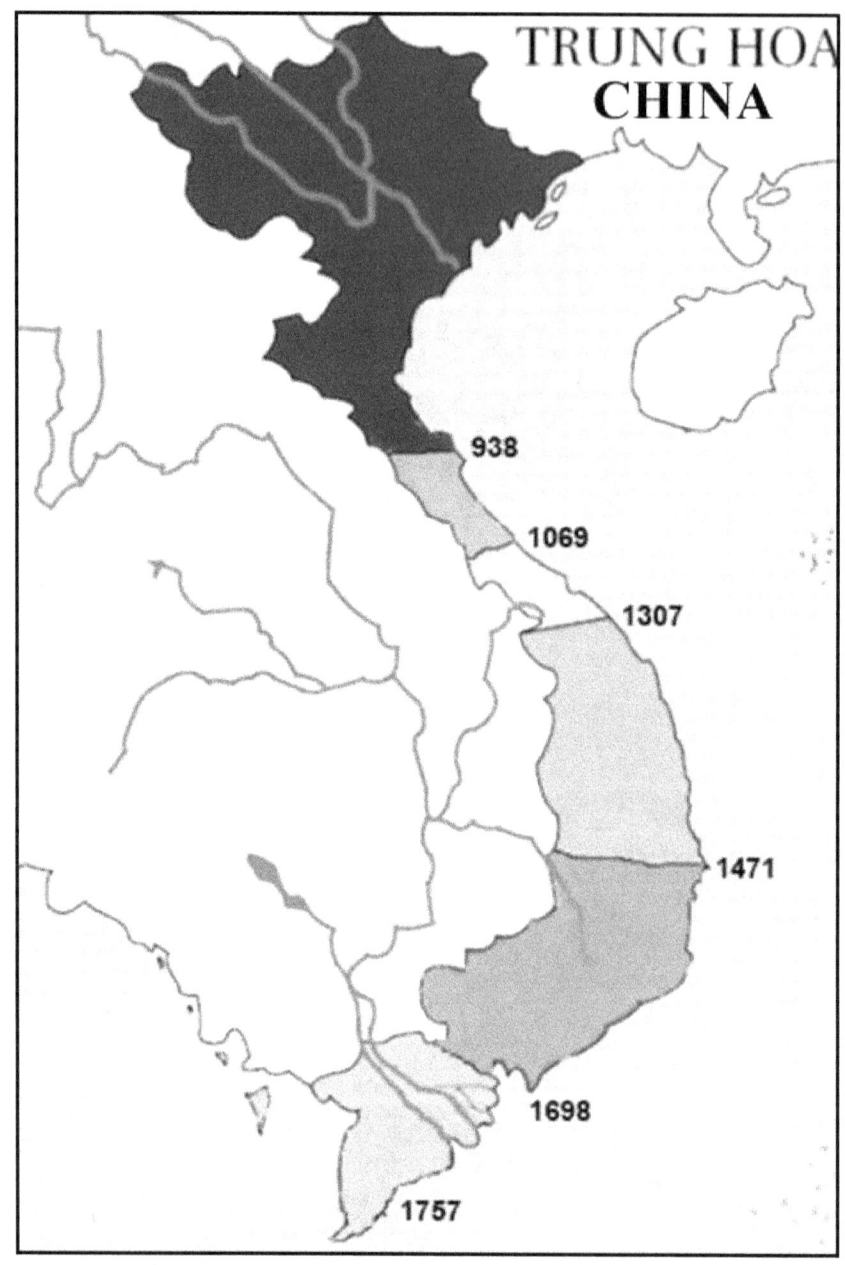

Expansion of the Đại Việt territory during the conflict between the Trịnh and the Nguyễn
Bờ cõi Đại Việt được mở rộng dưới thời Trịnh Nguyễn phân tranh

Năm 1627, Chúa Trịnh lấy cớ đưa vua Lê đi thị sát Nghệ An đã chuyển quân xuống miền Nam tấn công vào cửa Nhật Lệ. Cuộc tấn công thất bại trước sự kháng cự của binh lính miền Nam. Tiếp theo trận này, vào những năm sau đó quân Trịnh còn tấn công miền Nam thêm 3 trận nữa, lần nào cũng để hỗ trợ phe nổi loạn tại miền Nam và đều thất bại. Tới năm 1655 phía khởi chiến là Chúa Nguyễn, đây là cuộc giao tranh thứ năm. Quân Nguyễn đẩy lui quân Trịnh từ Sông Gianh tới Hoành Sơn, hai bên giao tranh kịch liệt nhưng không đạt tới thắng bại, cuối cùng đành chấp nhận đình chiến, địa giới là Sông Gianh, cuộc nội chiến Trịnh Nguyễn kéo dài khoảng 50 năm.

Trong thời gian ngưng chiến giữa hai miền gọi là Đàng Trong và Đàng Ngoài, họ Trịnh gặp nhiều khó khăn tại miền Bắc và

In 1627, under the pretext of escorting king Lê on his visit to Nghệ An, Trịnh sent forces to attack the South at Nhật Lệ estuary. The attack tumbled before Southern soldiers pushed back. In the following years Trịnh forces attacked the South three more times, each time under the pretext of supporting rebellions in the south and failed every time. In 1655, Lord Nguyễn went on the attack, pushing back Trịnh forces from Gianh River to Hoành Sơn. Despite ferocious fighting from both sides, as no winner emerged the rivals agreed to a ceasefire and the demarcation line at Gianh River. The Trịnh Nguyễn Civil War extended for another 50 years.

In the years after the ensuing truce, the Trịnh's ran into difficulties in the North - called Đàng Ngoài - and ended up partially losing

kết cục là bị Tàu chiếm đoạt một phần lãnh thổ. Tại Đàng Trong, các Chúa Nguyễn mở mang bờ cõi, chiếm đoạt toàn bộ nước Chiêm Thành và một phần lãnh thổ Chân Lạp. Vào giữa thế kỷ 18 đất của Chúa Nguyễn trải dài từ Sông Gianh tới Hà Tiên.

5.2/ Chấm dứt hai triều đại Trịnh Nguyễn, Vua Quang Trung đại phá quân Thanh

Vào năm 1771, khi cả hai chế độ Trịnh Nguyễn bắt đầu suy thoái, thì tại ấp Tây Sơn thuộc Đàng Trong, ba anh em Nguyễn Nhạc Nguyễn Huệ và Nguyễn Lữ đã nổi lên với danh nghĩa là để hỗ trợ Chúa Nguyễn Phúc Thuần chống lại sự chuyên quyền của Quốc Phó Trương Phúc Loan. Lực lượng Tây Sơn ban đầu khai thác chủ trương "Lấy của người giàu chia cho người nghèo" nên thu phục được dân chúng đi

territory to China. In contrast, the Nguyễn's expanded in the South - called Đàng Trong, conquering all of the Champa nation, and parts of Chân Lạp (Chenla). In the second half of the 18th century, Lord Nguyễn's territory spread from the Gianh River to Hà Tiên.

5.2/ Ending the Trịnh and Nguyễn reigns, King Quang Trung pulverized Thanh (Qing) forces

As both the Trịnh's and Nguyễn's rules crumbled, in 1771 Nguyễn Nhạc, Huệ, and Lữ, three brothers from the southern village of Tây Sơn rebelled under the banners of Support Lord Nguyễn Phúc Thuần against the tyranny of Deputy Lord Trương Phúc Loan. In the beginning, the Tây Sơn force exploited the motto of "taking from the rich to give to the poor" attracted a good number of recruits from the people suffering the lords'

theo rất đông, nhất là họ đang phải chịu đựng sưu thuế nặng nề của Chúa Nguyễn. Chẳng bao lâu quân Tây Sơn, được huấn luyện chiến đấu dũng mãnh, chiếm được nhiều thị trấn và cả thành Qui Nhơn. Lực Lượng của Chúa Nguyễn cố sức đánh dẹp nhưng bị thua.

Năm 1774, lợi dụng sự hỗn loạn tại Đàng Trong, quân của Chúa Trịnh tràn qua sông Gianh đánh chiếm thành Phú Xuân và vượt đèo Hải Vân tiến đến Quảng Nam. Dưới áp lực của quân Trịnh tại phía Bắc, Tây Sơn đồng thời bị Chúa Nguyễn phản công từ phía Nam nên đã phải điều đình với quân Trịnh và được giao trách nhiệm tiên phong để đánh chiếm giang sơn họ Nguyễn. Năm 1775, Nguyễn Huệ cầm quân tái chiếm Phú Yên khiến quân Tây Sơn làm chủ được toàn bộ phần Bắc của Đàng Trong. Từ đây tiến xuống đánh chiếm Gia Định, lãnh

high taxes under the Nguyễn Lords. Well-trained for battles, in little time Tây Sơn forces went on attacking towns and even the city of Qui Nhơn. Nguyễn's force tried to quell the rebellion but was defeated.

In 1774, taking advantage of the unrest in the South, Trịnh forces crossed the Gianh River to take Phú Xuân Fort and then went south past Hải Vân toward Quảng Nam. Pressured from enemy forces, Trịnh's in the north and Nguyễn's south, Tây Sơn negotiated with Trịnh and became their spearhead in the fight to conquer the Nguyễn's territory. Nguyễn Huệ re-took Phú Yên in 1775, regaining control over the northern half of Đàng Trong. From there they went on to attack Gia Định. The entire Nguyễn's leadership was eliminated, only a nephew, 15 years old

đạo họ Nguyễn tại Đàng Trong hoàn toàn bị tiêu diệt, chỉ có người cháu là Nguyễn Phúc Ánh, lúc đó mới 15 tuổi, chạy thoát được ra đảo Thổ Châu.

Sau khi lấy được Gia Định, Nguyễn Nhạc sai Nguyễn Huệ tiến quân ra bắc đánh chiếm Phú Xuân đang bị quân Trịnh trấn giữ. Nguyễn Huệ dùng mưu kế ly gián tướng giữ thành trước khi tấn công nên đã đạt được thắng lợi dễ dàng, đến đây quân Tây Sơn đã kiểm soát được toàn bộ Đàng Trong.

Sau chiến thắng Phú Xuân vào năm 1774, nhân họ Trịnh ở Đàng Ngoài đang có tranh chấp cộng thêm nạn kiêu binh, Nguyễn Hữu Chỉnh từ Đàng Ngoài mới về hàng phục Tây sơn biết rõ được điều này nên khuyên có thể đánh chiếm dễ dàng. Nguyễn Huệ tiến ra Bắc, quân Tây Sơn đánh

Nguyễn Phúc Ánh managed to escape to Thổ Châu Island.

Having taken Gia Định, Nguyễn Nhạc sent Nguyễn Huệ north to capture Phú Xuân which was under the occupation of Trịnh's forces. Nguyễn Huệ employed strategic deception to cause divisiviness amongst the generals commanding the citadel before the attack easily achieved victory thus Tây Sơn took complete control over Đàng Trong territories.

After the victory of Phú Xuân, while the North descended into internal conflict plus the rebellion in its ranks. Nguyễn Hữu Chỉnh, a northern general, who went south to join Tây Sơn, knowing of Trịnh's weaknesses so advised that the North could easily be captured. Nguyễn Huệ thus

đâu thắng đó, Chúa Trịnh Khải không chống cự nổi rút khỏi Thăng Long rồi tự tử chết. Nguyễn Huệ vào thành, yết kiến vua Lê, tuyên bố trả lại quyền bính cho Nhà Lê rồi rút về lại Phú Xuân. Nguyễn Hữu Chỉnh chạy theo nhưng Tây Sơn cho ở lại canh giữ Nghệ An.

Chẳng bao lâu, dư đảng họ Trịnh nổi lên tại Đàng Ngoài, Vua Lê Chiêu Thống phải kêu Nguyễn Hữu Chỉnh ra cứu viện. Nguyễn Hữu Chỉnh, nhân cơ hội ra cứu Vua Lê đã chiếm đoạt quyền bính và ly khai với Tây Sơn. Nguyễn Huệ liền sai Vũ Văn Nhậm ra Bắc đánh dẹp Nguyễn Hữu Chỉnh. Vua Lê không còn nơi nương tựa, phải bỏ chạy qua Tàu cầu viện.

went on the offensive, winning every battle on his way to Thăng Long. Failing to put up a defense, Lord Trịnh Khải fled Thăng Long then took his own life. As Nguyễn Huệ entered the city, went to see king Lê, announcing the restoration of authority to the Lê king and withdrew to Phú Xuân, Nguyễn Hữu Chỉnh attempted to follow but was left behind to be in charge of Nghệ An.

Soon remnants of Trịnh forces resurrected in Đàng Ngoài and threatened the Lê court. King Lê Chiêu Thống appealed to Nguyễn Hữu Chỉnh to rescue. Nguyễn Hữu Chỉnh took the opportunity to consolidate his power and made an about-face with Tây Sơn. In response, Nguyễn Huệ ordered Vũ Văn Nhậm to make a move the north to quell Nguyễn Hữu Chỉnh. Losing support, King Lê ran to China to appeal for help.

A SHORT SUMMARY OF VIETNAMESE HISTORY

Năm 1788, Nhà Thanh bên Tàu sai Tổng Đốc Lưỡng Quảng Tôn Sĩ Nghị đem 200.000 quân tràn vào Đại Việt lấy cớ giúp Vua Lê nhưng thực chất là để chiếm đóng. Trước đà tiến của quân Thanh, quân Tây Sơn phải rút lui từ Thăng Long về phòng thủ tại núi Tam Điệp rồi khẩn báo về Phú Xuân.

Tại Phú Xuân, hay tin vua Lê Chiêu Thống đã bỏ nước ra đi nay lại rước giặc về xâm lăng bờ cõi, Nguyễn Huệ lên ngôi Hoàng Đế, lấy hiệu là Quang Trung xuất quân tiến ra Bắc đánh quân Thanh. Chỉ trong 10 hôm, quân của Quang Trung đã thần tốc dẹp tan đạo quân của Tôn Sĩ Nghị trong chiến thắng tại Đống Đa. Tướng nhà Thanh là Sầm Nghi Đống phải treo cổ tự vận, Tôn Sĩ Nghị chỉ kịp lên ngựa chạy về Tàu, bỏ

In 1788, the Thanh (Qing) court in China sent Viceroy of Lưỡng Quảng (Liangguang) Tôn Sĩ Nghị (Sun Shiyi) with 200,000 troops into Đại Việt on the pretext of helping King Lê, essentially just to conquer the country. Facing the advance of Thanh troops, Tây Sơn's forces retreated from Thăng Long to set up defense at Mount Tam Điệp and had the news brought back to Phú Xuân.

Learning King Lê, after escaping from the country, now returned along with the invaders, Nguyễn Huệ ascended to the throne proclaiming himself Emperor Quang Trung. The new king led an army north to repulse the Thanh force. Within 10 days, Quang Trung annihilated Tôn Sĩ Nghị's force at Đống Đa. Thanh's General Sầm Nghi Đống (Cen Yidong) hang himself, while Tôn hastily ran away leaving even his seals back in Thăng Long.

lại cả ấn tín tại Thăng Long.

5.3/ Nhà Tây Sơn

Nhà Tây Sơn khởi nghiệp vào năm 1771, sau khi cực thịnh vài năm thì bắt đầu chia rẽ nội bộ. Tây Sơn chia làm ba triều đình nhỏ, Nguyễn Nhạc phong cho Nguyễn Huệ làm Bắc Bình Vương cai trị từ đèo Hải Vân ra phía Bắc, Nguyễn Lữ làm Đông Định Vương trấn thủ đất Gia Định, còn Nguyễn Nhạc là Trung Ương Hoàng Đế đóng đô tại Qui Nhơn.

Trong 3 anh em, Nguyễn Lữ yếu kém hơn cả. Từ năm 1776 tới 1785 quân Tây Sơn đã 6 lần tấn công vào Gia Định, lần nào cũng đánh quân Nguyễn Phúc Ánh chạy tan tành. Nhưng mỗi lần quân chủ lực Tây Sơn rút về Qui Nhơn, giao đất Gia Định lại cho Nguyễn Lữ, các trung thần

5.3 / The Tây Sơn Dynasty

The Tây Sơn started their reign in 1771, after a few glorious years of achievement it began suffering internal division. The Tây Sơn's was divided into three small dynasties, Nguyễn Nhạc appointed Nguyễn Huệ as Bắc Bình Vương to rule from Hải Vân Pass to the North, Nguyễn Lữ as Đông Định Vương to defend Gia Định region, and Nguyễn Nhạc to be the Central Emperor based in Qui Nhơn.

Among the three brothers, Nguyễn Lữ was the least competent. From 1776 to 1785 the Tây Sơn troops had attacked Gia Định six times, defeating Nguyễn Phúc Ánh's army every time. But each time the Tây Sơn's main force withdrew to Qui Nhơn, handing Gia Định land back to Nguyễn Lữ, the

của Nguyễn Phúc Ánh, cũng còn gọi là Nguyễn Ánh, tụ tập phản công chiếm lại Gia Định. Tới năm 1788 Nguyễn Lữ bạc nhược trở về Qui Nhơn rồi lâm bệnh qua đời.

Tuy xưng danh Trung Ương Hoàng Đế nhưng Nguyễn Nhạc không thể hiện được vai trò đó. Vì thế khi Nguyễn Ánh tấn công Gia Định, Nguyễn Lữ bỏ chạy, Nguyễn Nhạc vẫn an vị không hề cử quân tiếp viện hay phản công. Ông cũng không có chương trình cai trị gì đáng lưu ý trong vùng Qui Nhơn, Bình Thuận do ông kiểm soát. Khi bị Nguyễn Ánh tấn công, bao vây tại Qui Nhơn, Nguyễn Nhạc phải cho người ra Phú Xuân cầu viện. Vào lúc này vua Quang Trung đã mất, ngôi vua truyền lại cho con là Quang Toản. Vua Quang Toản gửi quân vào giải vây Qui Nhơn, đuổi được quân Nguyễn Ánh, nhưng chiếm

loyal subjects of Nguyễn Phúc Ánh, also known as Nguyễn Ánh, gathered counter-attacks to retake Gia Đinh. In 1788, Nguyễn Lữ returned to Qui Nhơn, became ill and died.

Although claiming to be the Central Emperor, Nguyễn Nhạc hardly played that role. So when Nguyễn Ánh attacked Gia Định and Nguyễn Lữ fled, Nguyễn Nhạc did not send reinforcement or mounted any counterattack. He did not have any significant policy in Qui Nhơn and Bình Thuận regions under his control. When being attacked and besieged by Nguyễn Ánh in Qui Nhơn, Nguyễn Nhạc had to send for help from Phú Xuân. At the time King Quang Trung had already died, the throne was passed on to his son Quang Toản. King Quang Toản sent troops to rescue Qui Nhơn and chased off Nguyễn Ánh's troops, but he stayed and

luôn thành tiếm quyền bác ruột khiến Nguyễn Nhạc uất ức lâm bệnh chết.

Trong ba vương triều do Tây Sơn lập nên, vương triều của Nguyễn Huệ là lâu dài và có nhiều đóng góp cho lịch sử nước ta hơn cả. Vào cuối năm 1788, Nguyễn Huệ lên ngôi Hoàng Đế, lấy hiệu là Quang Trung. Sau khi đánh bại quân Thanh, vua Quang Trung đã trở thành vị lãnh đạo tối cao của triều Tây Sơn.

Ngoài thiên tài về quân sự vì hầu hết các trận đánh lớn của Tây Sơn đều do Quang Trung chỉ huy, ông đã có những cải cách quan trọng về hành chánh và văn hóa. Đặc biệt nhà vua coi trọng việc ngoại giao với Nhà Thanh và tổ chức ngoại thương. Chỉ dưới triều Quang Trung, lần đầu tiên trong lịch sử nước ta dân chúng hai nước Tàu và Việt mới được phép giao thương

occupied the citadel, causing Nguyễn Nhạc to die of a grievance.

Among the three dynasties established by the Tây Sơn, the Nguyễn Huệ dynasty was a long lasting one and made more contributions to the history of our country. At the end of 1788, Nguyễn Huệ was crowned Emperor, taking the name Quang Trung. After defeating the Thanh army, King Quang Trung became the supreme leader of the Tây Sơn Dynasty.

In addition to military genius because most of Tây Son's major battles were led and won by Quang Trung, he had important administrative and cultural reforms. Especially the King attached great importance to diplomacy with the Thanh Dynasty and organized foreign trade. Only during the reign of Quang Trung, for the first time in our nation's history that the people of China and Vietnam

bình đẳng ngay chính trên đất Tàu.

Đáng tiếc, các chính sách của Quang Trung đưa ra chưa áp dụng được bao lâu thì ngày 29 tháng 7 năm 1792 ông mất khi mới 40 tuổi. Quang Toản là con trai lên nối ngôi không tiếp nối được những công trình của cha. Đã thế, triều chính lại nhanh chóng xảy ra mâu thuẫn nội bộ làm cho thế lực Tây Sơn trở nên suy yếu và chẳng bao lâu sau đã sụp đổ trước sự tấn công của Nguyễn Ánh.

5.4/ Vua Gia Long thống nhất Việt Nam

Khi Tây Sơn đánh tan lực lượng của Chúa Nguyễn tại Đàng Trong vào năm 1777, chỉ một mình Hoàng Tôn Nguyễn Phúc Ánh (cháu nội của Chúa Nguyễn Phúc Khoát) từ Gia Định trốn thoát được qua đảo Thổ Châu. Từ đây ông tiếp tục vượt thoát được trong

were allowed to trade equally on Chinese soil.

Regrettably, Quang Trung's policies had not been applied for long then on July 29, 1792 he died aged only 40 years. Quang Toản was the heir who succeeded the throne but could not continue the works of his father. In addition, the imperial government quickly suffered internal conflicts that weakened the strength of Tây Sơn force and soon collapsed before the attacks of Nguyễn Ánh.

5.4 / King Gia Long unified Vietnam

In 1777 when Tây Sơn defeated Lord Nguyễn's forces in Đàng Trong, only the young royal prince Nguyễn Phúc Ánh, (grandson of Lord Nguyễn Phúc Khoát) could escape from Gia Định to Thổ Chu Island. From there he continued to escape in many other life and death

nhiều trận truy đuổi sinh tử khác.

Sau khi Gia Định bị Tây Sơn đánh chiếm lần đầu vào năm 1777, chỉ sáu tháng sau Nguyễn Ánh đã quay trở lại, được Đỗ Thành Nhơn tôn làm Đại Nguyên Soái, qua năm 1778 Nguyễn Ánh thu phục trở lại toàn cõi Gia Định. Từ đây ông bành trướng thế lực qua Chân Lạp.

Tới tháng 4 năm 1781 vì nghi kỵ, Nguyễn Ánh giết Đỗ Thành Nhơn. Một số tướng sĩ của họ Đỗ nổi loạn. Nghe tin này, Nguyễn Nhạc sai Nguyễn Huệ đem quân vào chiếm lại được Gia Định. Nguyễn Ánh thua to, cùng tàn quân chạy về Hậu Giang rồi bỏ trốn ra đảo Phú Quốc. Trong hai năm 1782, 1783 quân Tây Sơn và Nguyễn Ánh giao tranh nhiều lần trong thế giằng co. Cứ mỗi lần thua, sau khi đại quân Tây Sơn rút về Qui Nhơn, Nguyễn Ánh lại quay trở lại đánh

chases.

After Gia Định was first attacked and taken by Tây Sơn in early 1777, only six months later Nguyễn Ánh returned, was promoted by Đỗ Thành Nhơn as Marshall, in 1778, Nguyễn Ánh conquered all of Gia Định again. From here he expanded his power through Chân Lạp.

In April 1781, out of suspicion, Nguyễn Ánh killed Đỗ Thành Nhơn. Some of Đỗ's generals rebelled. Upon hearing this news, Nguyễn Nhạc sent Nguyễn Huệ to bring troops back to reclaim Gia Định. Nguyễn Ánh suffered heavy loss, and with the army remnants, he fled to Hậu Giang and then to Phú Quốc Island. During the two years of 1782, 1783 Tây Sơn and Nguyễn Ánh troops fought many times in the struggle. Each time he lost, and after the Tây Sơn army retreated to Qui Nhơn,

chiếm đất Gia Định.

Vào đầu năm 1784, sau khi bị đánh thua chạy ra đảo Thổ Châu, Nguyễn Ánh qua Xiêm cầu viện, được vua Xiêm sai hai tướng Chiêu Sương và Chiêu Tăng đem 20.000 quân và 300 chiến thuyền qua giúp. Lần này quân Xiêm bị Nguyễn Huệ đánh bại tại sông Tiền (đoạn giữa rạch Gầm và rạch Xoài Mút), chiến thuyền bị tan nát hết, tàn quân phải theo đường bộ băng qua Chân Lạp chạy về. Nguyễn Ánh thoát vòng vây qua tá túc bên Xiêm.

Năm 1783, Nguyễn Ánh cử Giám Mục Bá Đa Lộc cùng Hoàng Tử Cảnh qua Pháp cầu viện. Hiệp ước Versailles được ký kết vào năm 1787 giữa bá tước de Montmorin đại diện cho vua nước Pháp Louis 16 và

Nguyễn Ánh then came back to conquer Gia Định.

In early 1784, after being defeated and fled to Thổ Châu island, Nguyễn Ánh went to Siam for help, and Siamese king sent two generals – Chiêu Sương and Chiêu Tăng, who brought 20,000 troops and 300 ships to help. This time the Siamese army was defeated by Nguyễn Huệ on Tiền River (Mekong) the bend between Rạch Gầm and Xoài Mút, all warships were shattered, their army remnants had to escape by road across Chân Lạp. Nguyễn Ánh escaped the encirclement and sought refuge in Siam.

In 1783, Nguyễn Anh sent Bishop Pigneau de Béhaine and Prince Cảnh to France for help. The Treaty of Versailles was signed in 1787 between Count de Montmorin on behalf of the French King Louis XVI and

Giám Mục Bá Đa Lộc thay mặt cho Nguyễn Ánh. Nhưng sau đó, vì sự bất hòa giữa Giám Mục Bá Đa Lộc và toàn quyền Conway, người được lệnh vua Louis thi hành hiệp ước đang ở Ấn Độ, nên ông này không thi hành và tâu về nước hủy bỏ hiệp ước.

Giám mục Bá Đa Lộc phải tự mình vận động mua thuyền bè và súng đạn, cũng như tuyển mộ binh lính đánh thuê Tây Âu cho Nguyễn Ánh, về lại tới Gia Định vào năm 1789.

Năm 1787, được tin có sự bất hòa giữa anh em Tây Sơn, Nguyễn Ánh để lại thư cáo biệt cho vua Xiêm rồi lặng lẽ kéo hết quân rời Xiêm La về nước.

Giữa năm 1787 quân của Nguyễn Ánh tới cửa Cần Giờ tấn công lực lượng của Nguyễn Lữ theo nhiều mặt, Nguyễn Lữ phải rút về Qui

Bishop Pigneau de Béhaine on behalf of Nguyễn Ánh. But then because of the discord between Bishop Pigneau de Béhaine and the Governor of Conway, who was ordered by Louis to implement the treaty, was in India, he did not enforce and report back to his country to cancel the treaty.

Bishop Pigneau de Béhaine, on his own, had to campaign to buy boats and guns, as well as recruiting West European mercenaries for Nguyễn Ánh, returned to Gia Định in 1789.

In 1787, being told that there was a discord between the Tây Sơn brothers, Nguyễn Ánh left a farewell letter to the Siamese king and quietly pulled the troops to leave Siam for home.

In the middle of 1787, Nguyễn Ánh's army came to Cần Giờ's Estury to attack Nguyễn Lữ's forces in many directions, Nguyễn Lữ had to

Nhơn, quân Tây Sơn bị tan rã, địa phận Gia Định lại trở về tay Nguyễn Ánh, lần này Nguyễn Ánh chiếm cứ lâu dài và Gia Định trở thành một căn cứ phát triển về nhiều mặt.

Từ Gia Định Nguyễn Ánh tổ chức nhiều cuộc tấn công ra Bắc. Năm 1790 và 1792 là 2 trận đánh thăm dò đầu tiên, đánh rồi rút về, tại vùng Bình Thuận, Phú Yên. Đến năm 1793, quân Nguyễn Ánh tấn công bao vây Qui Nhơn lần đầu rồi rút.

Năm 1797 Nguyễn Ánh tấn công Qui Nhơn lần thứ nhì và đến năm 1799 đại quân Nguyễn Ánh bao vây Qui Nhơn lần thứ ba và chiếm được thành.

Năm 1800, đại quân Tây Sơn từ Phú Xuân kéo vào giải vây Qui Nhơn, 2 tướng

withdraw to Qui Nhơn, Tây Sơn army was disintegrated, Gia Định territory returned to Nguyễn Ánh's hands, this time Nguyễn Ánh occupied it for a long time and it became a base which was being developed in many aspects.

From Gia Định, Nguyễn Ánh organized many attacks to the North. In 1790 and 1792, the first two battles were explored, attacked and then withdrew, in the Bình Thuận and Phú Yên regions. In 1793, Nguyễn Ánh force attacked and surrounded Qui Nhơn first and then withdrew.

In 1797 Nguyễn Ánh attacked Qui Nhơn for the second time and in 1799 Nguyễn Ánh's large force besieged Qui Nhơn a third time and then captured the city.

In 1800, Tây Sơn army from Phú Xuân moved in to rescue Qui Nhơn; two of Nguyễn

của Nguyễn Ánh là Võ Tánh và Ngô Tòng Châu liều chết để cầm cự giữ thành. Lợi dụng tình trạng lực lượng của Tây Sơn dồn cả vào Qui Nhơn, Nguyễn Ánh vòng ra tấn công và đánh chiếm được kinh đô Phú Xuân, vua Tây Sơn là Nguyễn Quang Toản thua trận phải bỏ chạy ra Bắc.

Tháng 5 năm 1802 Nguyễn Ánh lên ngôi Hoàng Đế tại Phú Xuân, lấy hiệu là Gia Long. Tháng sau vua Gia Long tiến quân ra Bắc truy kích tàn quân của Tây Sơn. Quân của Gia Long tiến tới đâu thắng tới đó, vua Quang Toản bị bắt sống khi vượt sông Nhị Hà, toàn bộ các hoàng thân và tướng lãnh hoặc bị bắt, hoặc tự vận chết.

Vua Gia Long thống nhất được toàn bộ giang sơn Đại Việt, đặt quốc hiệu là Nam Việt, sau theo yêu cầu của

Ánh's generals – Võ Tánh and Ngô Tòng Châu risked their lives to hold the castle. Taking advantage of the situation that Tây Sơn's forces concentrated in Qui Nhơn, Nguyễn Ánh attacked and captured the capital Phú Xuân, Tây Sơn King, Nguyễn Quang Toản lost the battle and fled to the North.

In May 1802 Nguyễn Ánh ascended the throne as Emperor in Phú Xuân, taking the name Gia Long. The following month King Gia Long marched to the North to pursue the army remnants of Tây Sơn. Wherever Gia Long's army went victory was won, King Quang Toản was captured alive when crossing the Nhị Hà River, all the royal members and generals were either captured, or committed suicide.

King Gia Long unified the whole nation of Đại Việt, set the national name as Nam Việt, of which after the

A SHORT SUMMARY OF VIETNAMESE HISTORY

nhà Thanh, đổi thành Việt Nam.	request of the Thanh Dynasty, was changed to Vietnam.

6/ From the reunited and independent Vietnam in 1802 through the colony of French in 1884 and the subsequent struggles for independence

6/ Từ nước Việt Nam thống nhất và độc lập vào năm 1802 qua tình trạng bị nội thuộc Pháp vào năm 1884 và các cuộc tranh đấu giành độc lập sau đó

Dưới triều vua Gia Long, về binh bị, Việt Nam được coi như một đế quốc hùng cường tại Đông Nam Á. Vốn là một người tài trí, vua Gia Long đã cực kỳ gian truân để tồn tại và chiến thắng các đối thủ, điều này đã là dấu ấn ảnh hưởng lên đường lối trị vì của ông. Ông chủ trương một chính sách khắc nghiệt để khai thác và chế ngự người dân nhằm củng cố triều đại. Dân chúng phải chịu nhiều sưu cao thuế nặng để cung phụng cho một guồng máy cai trị nặng nề nên tình trạng đói khổ tràn lan, dẫn tới nhiều cuộc nổi loạn khiến quan quân

Under the reign of King Gia Long, militarily, Vietnam was considered a powerful empire in Southeast Asia. Being a wise man, King Gia Long was extremely arduous to survive and overcome his opponents, which was a hallmark of his rule. He advocated a harsh policy to exploit and tame people to strengthen his court. People had to pay high taxes to support a heavy administrative machine, so hungers were rampant, leading to many revolts that the mandarins and troops had to spend much more effort to crush and disperse, and caused more heartaches

A SHORT SUMMARY OF VIETNAMESE HISTORY

tốn nhiều công sức đánh dẹp và lòng người thêm ly tán. Nét chính của triều đình Gia Long là sự tiếp nối tính độc tôn và bảo thủ Nho giáo, điển hình là việc kiểm soát chặt chẽ về tôn giáo và ngăn cấm dân chúng không được phép tôn sùng những tôn giáo mới từ phương Tây. Để việc ngăn cấm này hiệu quả, triều đình theo chính sách bế quan tỏa cảng cấm thương nhân ngoại quốc. Đây là một nguyên nhân quan trọng khiến Việt Nam tiếp tục lạc hậu nhiều năm sau đó.

Tuy lạc hậu về kỹ thuật và xã hội, trên phương diện văn học, đã có nhiều sinh hoạt khởi sắc dưới triều Gia Long. Tác phẩm nổi tiếng nhất trong nền văn học Việt Nam là Truyện Kiều đã được Nguyễn Du viết trong giai đoạn này. Ngoài Nguyễn Du và Truyện Kiều cũng còn nhiều tác giả và sáng tác

amongst people. The main feature of the Gia Long Court was a continuation of monopoly Confucian conservative, typically people were the strictly control of religions and the prohibition of new religions from the West. For this prohibition to be effective, the court followed the policy of banning all foreign trades with Westerners. That was one important reason why Vietnam continued to be a backward country many years later.

Although technically and socially backward, in terms of literature, there were many thriving activities under the Gia Long Dynasty. The most famous work in Vietnamese literature is the Tale of Kiều which was written by Nguyễn Du during this period. In addition to Nguyễn Du and the Tale of Kiều, there were

thuộc các bộ môn khác.	many authors and composers from other disciplines.
Qua tới thời vua kế nghiệp là Minh Mạng, chính sách của Triều đình càng thêm khắt khe, nhà vua lại còn tìm cách mở rộng ảnh hưởng tại các quốc gia lân bang, tình trạng giặc giã nổi lên trong nước còn trầm trọng hơn nữa.	Through reign of King Minh Mạng, the Court's policies became even more stringent, and the King also sought to expand his influence in neighboring countries, the situation of rebellions throughout the country was even worse.
Trong tư duy bảo thủ chung từ vua cho tới các quan, cũng có một số biệt lệ mà điển hình là trường hợp Nguyễn Trường Tộ. Nguyễn Trường Tộ học hỏi về các tiến bộ kỹ thuật của Tây phương và có viết nhiều bản điều trần xin thực hiện cải cách và canh tân đất nước, nhưng các đề nghị của ông không được nghe theo.	In general, conservative thinking from the king to the mandarins, there were some exceptions, typical in the case of Nguyễn Trường Tộ. Nguyễn Trường Tộ acquired Western's advanced technical knowhow and had submitted many written submissions and hearings for reform and modernization of the country, but his proposals were not acted upon.
6.1/ Pháp xâm lăng, Việt Nam trở thành thuộc địa của Pháp	**6.1/ French invasion, Vietnam became France's colony**
Vào thế kỷ 19, các quốc gia	In the 19th Century, Western

Tây Phương có chính sách chinh phục và chiếm đoạt thuộc địa tại các nơi và Việt Nam nằm trong tầm nhắm của Pháp. Vào năm 1858, dưới thời vị vua thứ 4 của Nhà Nguyễn là vua Tự Đức, lấy cớ triều đình Việt Nam giết giáo sĩ Tây phương và cấm đạo Thiên Chúa, hải quân Pháp bắn phá thành lũy của ta ở Đà Nẵng. Đó là các phát súng đầu tiên mở đầu cho cuộc xâm lược của Pháp tại Việt Nam.

Năm 1859 quân Pháp bỏ Đà Nẵng, quay xuống tấn công Nam Kỳ, các tỉnh miền Đông là Gia Định, Biên Hòa và Định Tường lần lượt thất thủ. Năm 1862, triều đình Tự Đức buộc phải ký hòa ước nhượng hẳn 3 tỉnh miền Đông cho Pháp, dù vậy, qua năm sau vua Tự Đức vẫn sai Phan Thanh Giản qua Pháp đòi chuộc ba tỉnh đã nhượng nhưng thất bại. Năm 1867, Pháp tấn công Vĩnh Long, Phan Thanh

nations had policy of conquering and colonizing everywhere and Vietnam was the focus of France. In 1858, under the 4th king of the Nguyễn Dynasty, king Tự Đức, on the pretext of the Vietnamese Court killing Western missionaries and banning Christianity, the French navy bombarded our stronghold in Đà Nẵng. These were the first shots to open the French invasion of Vietnam.

In 1859 the French army left Đà Nẵng and turned to attack the Nam Kỳ, the Eastern provinces of Gia Định, Biên Hòa and Định Tường fell one by one. In 1862, Tự Đức Court was forced to sign a peace treaty with all three Eastern provinces conceded to France, even so Tự Đức still sent Phan Thanh Giản to France the following year to reclaim the three ceded provinces but failed. In 1867, the French attacked Vĩnh Long, Phan Thanh Giản

Giản biết không giữ nổi và để tránh thương tổn cho dân, ông tự ý giao thành rồi tự tử. Thừa cơ hội này, Pháp đơn phương tuyên bố toàn bộ 6 tỉnh Nam Kỳ là lãnh địa của Pháp.

knew that he could not keep up and to avoid casualties to people, he voluntarily surrendered the city and then committed suicide. Taking advantage of the occasion, French announced unilaterally that entire 6 province in Nam Kỳ were territories of France.

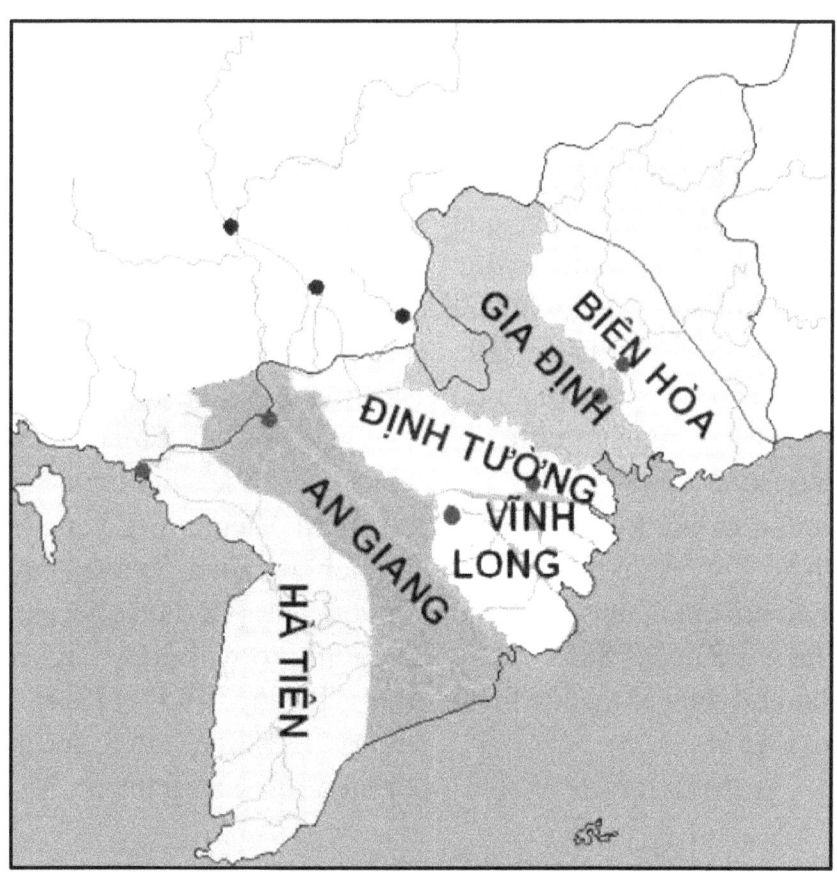

Cochinchina (Nam Kỳ lục tỉnh) in 1862
Nam kỳ lục tỉnh vào năm 1862

A SHORT SUMMARY OF VIETNAMESE HISTORY

Sau khi chiếm được Nam Kỳ, Pháp kiếm cớ lấn ra miền Bắc. Lần lượt các tỉnh tại Bắc Kỳ thất thủ, các tướng Nguyễn Tri Phương, Hoàng Diệu thua trận rồi tự vận.

After capturing Nam Kỳ (Cochinchina), France looked for opportunity to invade the North (Tonkin). In turn, the provinces in the North fell, generals Nguyễn Tri Phương and Hoàng Diệu lost the battles and committed suicide.

Trong nỗ lực tìm cách chống Pháp, Triều đình Tự Đức cầu viện nhà Thanh bên Tàu. Quân Thanh do Phùng Tử Tài chỉ huy cũng nhân cơ hội này, tiến qua Việt Nam đánh chiếm Bắc Kỳ khỏi tay quân Pháp. Nhiều cuộc giao tranh giữa quân Tàu và quân Pháp đã diễn ra tại vùng trung châu Bắc kỳ. Sau quân Pháp đánh qua Đài Loan và Phúc Châu, buộc Nhà Thanh phải lui quân, ký hiệp ước Thiên Tân (1885) chấp nhận quyền cai trị của Pháp tại Việt Nam.

In an attempt to find a way to fight the French, Tự Đức's Court appealed to the Qing in China. The Qing army, led by Phùng Tử Tài (Feng Zicai), took this opportunity and advanced to Vietnam to capture Tonkin from the French hands. Many skirmishes between the Chinese and the French took place in the highland of northern Vietnam. Later, the French invaded Taiwan and Phúc Châu (Fuzhou), forcing the Qing to withdraw, signed the Thiên Tân (Tianjin) treaty (1885) to accept French rule in Vietnam.

Về phía triều đình Huế, trước sự tấn công của tàu

On Huế Court's side, due to the attack of French warships

chiến Pháp từ biển tiến vào Sông Hương, biết không đánh nổi nên buộc lòng phải đầu hàng, chấp nhận sự đô hộ của Pháp qua các Hiệp ước năm 1883, 1884.

6.2/ Các cuộc tranh đấu giành độc lập của người Việt Nam từ thế kỷ 19 qua thế kỷ 20

Việc kháng cự của người Việt trước cuộc xâm lăng của Pháp đã diễn ra ngay từ đầu, khi Pháp đánh chiếm Nam Kỳ. Trương Công Định đã lập đoàn dân quân để phối hợp kháng Pháp với quân triều đình. Quân của ông và Thủ Khoa Huân tiếp tục chiến đấu sau khi triều đình Tự Đức ký hòa ước và chỉ bị tan rã sau khi Trương Công Định bị thương và tự vận.

Ngoài ra, lực lượng nghĩa binh cũng tự dấy lên chống giặc ngoại xâm. Từ năm 1861 tới 1868 đã có trên 40 vụ khởi nghĩa chống Pháp

from the sea entering Hương River, knowing they could not fight, they were forced to surrender and accept the French domination through the Treaties of 1883 and 1884.

6.2/ Vietnamese struggles for independence from 19th century to 20th century

Vietnamese resistance to the French invasion took place from the beginning, when the French invaded Cochinchina. Trương Định formed a militia group to coordinate the French resistance with the imperial army. His army and Thủ Khoa Huân's continued to fight after Tự Đức Court signed a treaty and only disintegrated after Trương Định was injured and committed suicide.

In addition, the resistance force also rose up against foreign invaders. From 1861 to 1868 there were over 40 anti-French uprisings in 6

trong 6 tỉnh Nam Kỳ. Được biết tới hơn cả có Thiên Hộ Dương tại Đồng Tháp, Nguyễn Trung Trực tại An Giang, Phan Liêm và Phan Tôn (hai người con của Phan Thanh Giản) tại Bến Tre, Trương Quyền tại Tây Ninh.

Kháng chiến Phan Đình Phùng (1885 - 1896)

Năm 1885 quan Đại thần Tôn Thất Thuyết quyết định tấn công Pháp tại đồn Mang Cá nhưng việc không thành nên đưa vua Hàm Nghi chạy ra Quảng Trị tại một vùng bí mật đã được chuẩn bị từ trước, tại đây Hịch Cần Vương nhân danh vua Hàm Nghi đã được loan truyền trong cả nước kêu gọi dân chúng vùng lên đánh đuổi quân Pháp xâm lược. Phong trào Cần Vương được dân chúng khắp nơi hưởng ứng, lúc đầu coi như thái độ trung quân với vua Hàm Nghi. Sau khi vua đã bị

provinces in Cochinchina. The best known were Thiên Hộ Dương in Đồng Tháp, Nguyễn Trung Trực in An Giang, Phan Liêm and Phan Tôn (the two sons of Phan Thanh Giản) in Bến Tre and Trương Quyền in Tây Ninh.

Phan Đình Phùng Resistance War (1885 – 1896)

In 1885, the Regent Tôn Thất Thuyết, decided to attack France at Mang Cá base and then took king Hàm Nghi to Quảng Trị in a secret location that had been prepared in advance. Here, the Cần Vương Proclaimation in the name of king Hàm Nghi was propagated throughout the country calling on people to fight the French invaders. The Cần Vương movement was responded by people everywhere, initially regarded as loyalty towards king Hàm Nghi. After the King was captured by the

Pháp bắt và đầy qua Phi Châu, cuộc kháng chiến vẫn tiếp tục trong tinh thần chống xâm lăng vì quốc gia, dân tộc. Các cuộc khởi nghĩa này có đặc tính chung là giới hạn tại các địa phương, không có sự phối hợp.

Năm 1885 khi có hịch Cần Vương, Phan Đình Phùng đã chấp hành lệnh của Tôn Thất Thuyết và đã tổ chức được tại Hương Khê cuộc kháng chiến quy mô và kéo dài lâu nhất trong thời gian ngặt nghèo đó. Phan Đình Phùng là một nhà Nho khoáng đạt đối với người Công Giáo, ông chủ trương "Lương Giáo Thông Hành" để người theo Phật Giáo và Thiên Chúa Giáo có thể sống hòa hiếu với nhau. Ông cũng còn là một nhà Nho có óc cấp tiến và khoa học. Với sự cộng tác của Cao Thắng, nghĩa binh của Phan Đình Phùng được chính người Pháp công nhận là được luyện tập và

French and exiled to Africa, the resistance continued in the spirit of fighting against invaders for the country and its people. These uprisings have a common feature that is limited in localities, without coordination.

In 1885 upon announcement of the Cần Vương Proclamation, Phan Đình Phùng adhered to the command of Tôn Thất Thuyết and organized in Hương Khê a big scale and most prolonged resistance war during that difficult time. Phan Đình Phùng was an open-minded Confucianist who was tolerable to Catholics and advocated the "Co-existence of Buddhist and Catholic" so that the two could live in harmony with each other. He was also a Confucianist with a progressive and scientific mind. With the cooperation of Cao Thắng, Phan Đình Phùng's army was, even

tổ chức chu đáo, vũ khí tự chế có mức độ tinh xảo gần bằng súng do Tây phương sản xuất.

Cuộc kháng chiến của Phan Đình Phùng bị tan vỡ vào năm 1896 trong một chiến dịch càn quét quy mô của Pháp, sau khi Cao Thắng bị tử trận và Phan Đình Phùng bị bệnh chết.

Đồng thời với Phan Đình Phùng, hưởng ứng hịch Cần Vương còn phải kể tới các cuộc kháng chiến lẫy lừng khác:

Mai Xuân Thưởng tại Bình Định (1885-1887) với câu tuyên bố lẫm liệt: "Làm tướng chỉ có thể mất đầu chứ quyết không đầu hàng".

Đinh Công Tráng tại chiến khu Ba Đình, Thanh Hóa (1886-1887). Tại đây quân Pháp đã phải huy động trên

recognized by the French, as well-trained and well-organized, and equipped with self-made weapons that were as sophisticate as guns manufactured by the West.

Phan Đình Phùng's resistance disintegrated in 1896 during a large-scale campaign by the French, after Cao Thắng was killed and Phan Đình Phùng became ill and died.

Together with Phan Đình Phùng, those responding to the Cần Vương Proclamation included many well-known resistances:

Mai Xuân Thưởng in Bình Định (1885-1887) with his fierce statement: "Being a general, his head might be fell, but won't surrender."

Đinh Công Tráng at Ba Đình resistance base, Thanh Hóa (1886-1887). Here the French had to mobilize over

4.000 quân để bao vây, sử dụng đại bác và dầu lửa đốt các lũy tre làng, biến căn cứ kháng chiến thành một biển lửa.

Nguyễn Thiện Thuật (1883 - 1892), là một vị quan triều đình Huế, ngay khi Hà Nội thất thủ ông đã tổ chức chiến khu Bãi Sậy tại Đông Triều, cầm cự được nhiều cuộc tấn công của Pháp trong suốt 9 năm.

Vào năm 1896, sự tan vỡ của cuộc kháng chiến Phan Đình Phùng có thể coi như thời điểm chấm dứt của phong trào Cần Vương.

Đề Thám và cuộc kháng chiến Yên Thế

Hoàng Hoa Thám, còn được gọi là Đề Thám, từng chống Pháp nhiều năm trước khi có hịch Cần Vương. Ông là một nhà quân sự có tài, tổ chức chiến khu tại vùng rừng núi

4,000 troops to surround, used cannons and kerosene to burn down village's bamboo, turning the resistance base into a sea of fire.

Nguyễn Thiện Thuật (1883 – 1892), a Huế imperial official, who organized the Bãi Sậy resistance base in Đông Triều right after Hanoi failed. He managed to withstand many French attacks for 9 years.

In 1896, the disintegration of the Phan Đình Phùng's resistance could be considered as the end of the Cần Vương movement.

Đề Thám and the Resistance in Yên Thế

Hoàng Hoa Thám, also known as Đề Thám, had been fighting against the French for many years before the Cần Vương Proclamation was announced. He, as a talented

Yên Thế, được dân chúng hỗ trợ và vượt thoát rất nhiều cuộc vây bắt của Pháp. Người đồng thời gọi ông là "Hùm Xám Yên Thế". Lực lượng của ông lúc chiến lúc hòa với người Pháp. Đã có lúc địa bàn hoạt động của nghĩa quân Yên Thế được mở rộng từ trung du đến đồng bằng, kể cả vùng Hà Nội. Cuộc khởi nghĩa tại một trại lính ở Hà Nội do ông chỉ đạo vào năm 1908, được gọi là vụ "Hà thành đầu độc" đã làm chấn động khắp cả nước. Đầu năm 1909, Thống sứ Bắc Kỳ đã huy động một lực lượng lớn nhất gồm 15.000 quân chính quy tấn công vào căn cứ Yên Thế. Lực lượng nghĩa quân giảm sút dần và tới đầu 1910 bị tan rã. Đề Thám phải sống ẩn náu trong núi rừng Yên Thế cho đến khi mất vào năm 1913.

military man, organized a resistance base in the mountainous region of Yên Thế, supported by the people and managed to escape many encirclements by the French. People at that time called him "The Grey Tiger of Yên Thế". His tactic was to alternate between war and peace with the French. At one point, the operational area of the Yên Thế insurgency expanded from the midland to the plain, including Hanoi. He led an uprising at a barrack in Hanoi in 1908, known as the Hanoi poisoning incident, shocked the whole country. In early 1909, the Tonkin Governor mobilized the largest force of 15,000 regular troops to attack Yên Thế base. The insurgency gradually diminished and by the beginning of 1910 was disintegrated. Đề Thám had to live in hiding in the mountains of Yên Thế until he died in 1913.

Cuộc đề kháng của Phan Bội Châu và Phan Chu Trinh	The resistance of Phan Bội Châu and Phan Chu Trinh
Sau khi phong trào Cần Vương và cuộc kháng chiến Yên Thế bị tàn lụi giới Nho sĩ Việt Nam thấy phải chuyển hướng công cuộc chống Pháp theo lối suy nghĩ mới và vận động hỗ trợ từ bên ngoài, tiêu biểu là Phan Bội Châu và Phan Châu Trinh. Phan Bội Châu hướng đến việc nhờ cậy một thế lực có sức mạnh khác hỗ trợ bằng cả tri thức và võ trang và chọn lựa Nhật Bản. Trong khi đó, Phan Châu Trinh cho rằng cần phải thay thế hệ thống nho học hủ lậu và xây dựng một chế độ chính trị dân chủ bằng các biện pháp đối kháng bất bạo động để buộc thực dân Pháp phải thực thi những lời hứa và cam kết khai hóa cho dân tộc Việt Nam.	After the Cần Vương movement and the Yên Thế resistance war came to an end, Vietnamese Confucianists, typically Phan Bội Châu and Phan Châu Trinh felt that they had to change the anti-French movement to a new thinking and mobilizing the support from outside. Phan Bội Châu aimed to rely on the support of another powerful force in both the knowledges and military and he chose Japan. Phan Chau Trinh, in the meantime, said that the backward old-school Confucianism system needed to be replaced and to build a democratic political system by non-violent countermeasures to force the French colonialists to fulfill their promises and pledges to civilize Vietnamese people.
Phan Bội Châu tổ chức phong trào Đông Du, đưa	Phan Bội Châu organized the Đông Du (Move East)

thanh niên qua Nhật học hỏi và tìm hậu thuẫn. Phong trào được các sĩ phu trong nước ủng hộ qua việc tổ chức trường Đông Kinh Nghĩa Thục để truyền bá các tư tưởng cấp tiến. Được một thời gian phong trào Đông Du thất bại vì Pháp vận động thành công để Nhật trục xuất hết cả nhóm người Việt. Đồng thời Pháp cũng đóng cửa Đông Kinh Nghĩa Thục tại Hà Nội và các chi nhánh, bắt tù các người tổ chức và cấm lưu hành các tài liệu đã được ấn hành.

Nhóm Phan Bội Châu chuyển qua hoạt động bên Tàu, thành lập Việt Nam Quang Phục Hội tại Quảng Châu, kích động nhiều cuộc chống đối trên toàn quốc như cuộc khởi nghĩa Thái Nguyên do Lương Ngọc Quyến và Đội Cấn cầm đầu. Nhiều cuộc ám sát cũng được tiến hành nhắm vào chính giới Pháp và những thành phần thân

movement, sending young Vietnamese to Japan to learn and seek support. The movement was supported by scholars at home through the establishment of Đông Kinh Nghĩa Thục School. Soon the Đông Du movement collapsed because France successfully lobbied Japan to expel all Vietnamese. At the same time, France also closed Đông Kinh Nghĩa Thục in Hanoi and its branches, imprisoned organizers and banned the circulation of published materials.

The Phan Bội Châu group moved to operate in China, establishing Việt Nam Quang Phục Hội in Guangzhou, inciting many nationwide protests such as the Thái Nguyên's uprising led by Lương Ngọc Quyến and Đội Cấn. Many assassinations were also carried out against French political figures and pro-French elements such as the

Pháp như Phạm Hồng Thái ám sát toàn quyền Pháp ở Sa Điện, Quảng Châu. Phong trào đã bị Pháp thẳng tay đàn áp, nhiều người bị xử tử và hàng ngàn người khác bị bắt giam. Chỉ tại Nam Kỳ, đã có 51 người bị xử tử trong cuộc nổi dậy của Phan Xích Long.

Năm 1925 Phan Bội Châu bị mật vụ Pháp bắt cóc tại Thượng Hải, cuộc kháng Pháp của Việt Nam Quang Phục Hội cũng bị tàn lụi từ đó.

Vào đầu thập niên 1930, sau chiến dịch đàn áp của Pháp, chỉ còn lại ở Việt Nam hình thức chống đối gián tiếp trong phong trào Duy Tân, qua các sinh hoạt báo chí bài xích lối sinh hoạt hủ lậu trong xã hội Việt Nam nhưng không đối đầu trực tiếp với Pháp.

attempted assassination of the French governor by Phạm Hồng Thái in Sa Mian, Guangzhou. The movement was cracked down by the French, many were executed and thousands were detained. In Cochinchina alone, 51 people were executed during the Phan Xích Long's uprising.

In 1925 Phan Bội Châu was abducted by the French secret agents in Shanghai, and the resistance against French by Việt Nam Quang Phục Hội also withered since.

By 1930s, after the French suppression campaign, the only resistance in Vietnam was in the form of indirect in the Duy Tân (Reform) movement through the critique and ridicule of the harmful norms and traditions in Vietnamese society by the press but did not confront the French authority directly.

Việt Nam Quốc Dân Đảng

Vào năm 1927, một tổ chức phát triển văn hóa có tên là Nam Đồng Thư Xã chuyển hóa thành Việt Nam Quốc Dân Đảng (VNQDĐ). Đây là một đảng cách mạng võ trang do Nguyễn Thái Học lãnh đạo hoạt động trên toàn quốc, mạnh nhất là tại Bắc Phần. Do cuộc ám sát Bazin, nhân viên của chính quyền thuộc địa đặc trách bắt dân phu tại miền Bắc để cung cấp cho các đồn điền của Pháp tại miền Nam, mật thám Pháp tổ chức ruồng bắt đảng viên VNQDĐ. Trước số lượng đảng viên bị bắt ngày một đông, dẫn tới nguy cơ Đảng bị tiêu diệt, Nguyễn Thái Học và toàn ban lãnh đạo VNQDĐ quyết định Tổng Khởi Nghĩa mặc dầu biết chắc là sẽ thất bại. Cuộc khởi nghĩa nổi lên tại Yên Báy đã bị Pháp dẹp tan mau chóng, Thực dân Pháp trả thù tàn bạo, dùng cả máy bay để phá hủy các

Vietnam Nationalist Party (Việt Nam Quốc Dân Đảng)

In 1927, a cultural development organization called Nam Đồng Thư Xã was transformed to become Vietnam Nationalist Party (VNP). It was an armed revolutionary party led by Nguyễn Thái Học, which operated nationwide, most strongly in the North. Due to the assassination of Bazin, an employee of the colonial government tasked with recruiting people in the North to supply labors to the French plantations in the South, French secret agents organized a crackdown on the Vietnam Nationalist Party members. In the face of the increasing number of party members arrested, leading to the risk of the party annihilation, Nguyễn Thái Học and the entire leadership of the Vietnam Nationalist Party decided to carry out the General Uprising although they knew it would certainly fail. The

làng bị nghị có hỗ trợ cho cuộc khởi nghĩa. Nguyễn Thái Học cùng 12 đồng chí đã bị bắt và bị tử hình vào tháng 6 năm 1930.

uprising in Yên Báy was quickly crushed by the French. The French colonists revenged brutally, deploying airplanes to destroy villages suspicious of supporting the uprising. Nguyễn Thái Học and his 12 comrades were arrested and executed in June 1930.

Vietnamese Nationalist Party heroes who died for the Homeland beheaded in Yên Bái. The head surrounded by a circle is that of the Party Leader Nguyễn Thái Học (photo published in the French and Vietnamese newspapers after the execution)

Liệt sĩ Việt Nam Quốc Dân Đảng sau khi bị chém tại Yên Bái. Trong vòng tròn là đầu của Đảng trưởng Nguyễn Thái Học (hình này được đăng trên các báo Pháp Việt sau ngày hành quyết)

A SHORT SUMMARY OF VIETNAMESE HISTORY

<u>Việt Nam Thanh Niên Cách Mạng Đồng Chí Hội</u>

<u>Vietnam Revolutionary Youth League (Việt Nam Thanh Niên Cách Mạng Đồng Chí Hội)</u>

Đồng thời với việc Nguyễn Thái Học thành lập Việt Nam Quốc Dân Đảng tại quốc nội, vào năm 1925 tại Quảng Châu bên Tàu, Nguyễn Ái Quốc, một đảng viên Cộng Sản, cán bộ của Quốc tế Cộng sản Comintern, thành lập Việt Nam Thanh Niên Cách Mệnh Đồng Chí Hội. Với bên ngoài, chủ trương của VNTNCMĐCH chỉ là giải phóng dân tộc, không cộng sản nhưng cơ cấu tổ chức theo mô hình đảng Cộng Sản và hoàn toàn do Nguyễn Ái Quốc và một số đảng viên cộng sản điều hành. Trên danh nghĩa Phan Bội Châu là Hội Chủ nhưng chưa bao giờ có cuộc gặp gỡ giữa họ Phan và họ Nguyễn và Phan Bội Châu đã bị Pháp bắt cóc liền sau đó. Tổ chức VNTNCMĐCH phát triển

At the same time as Nguyễn Thái Học establishing the Vietnam Nationalist Party at home, in 1925 in Guangzhou, China, Nguyễn Ái Quốc, a Communist Party member and a cadre of Communist International (Comintern) founded Vietnam Revolutionary Youth League (VRYL). To the outside, VRYL let it be known as a non-communist liberation organization but at the core, its organizational structure follows the Communist Party model and was completely controlled by Nguyễn Ái Quốc and communist party members. On paper, Phan Bội Châu was the League leader, but there was never a meeting between him and Nguyễn Ái Quốc and Phan Bội Châu was kidnapped by the French soon afterwards. The VRYL

nhanh chóng vào trong nước, tiến tới thành lập các Xứ ủy Bắc Kỳ, Trung Kỳ và Nam Kỳ. Đã có lúc tổ chức này bàn định phối hợp với VNQDĐ.

Năm 1928, Comintern quyết định cho phép dân tại thuộc địa của Pháp thành lập đảng Cộng Sản, điều này đã tạo nên mâu thuẫn trong VNTNCMĐCH. Trong khi ban lãnh đạo tại Quảng Châu muốn duy trì đường lối không cộng sản vì e ngại phản ứng của chính quyền QDĐ Trung Hoa, các thành phần trong nước đã ly khai và lập nên 3 đảng Cộng Sản. Tỉnh Bộ Thanh Niên tại Hải Phòng thành lập Đông Dương Cộng Sản Đảng rồi kéo theo toàn bộ Kỳ Bộ Bắc Kỳ. Tại Trung Kỳ các thành phần Thanh Niên phối hợp với các đảng viên Tân Việt thành lập đảng cộng sản lấy tên là Đông Dương Cộng Sản Liên

developed rapidly in Vietnam, establishing the chapters in Northern, Central and Southern regions. At one point, there was discussion to coordinate with the Vietnam Nationalist Party.

In 1928, Comintern decided to allow the people of the French colonies to form a Communist party, which created a conflict in the VRYL. While the leadership in Guangzhou wanted to maintain a non-communist path because of fear of the reaction of the Chinese National Party government, members inside Vietnam had seceded and formed three Communist parties. The Youth branch in Hải Phòng established the Indochinese Communist Party (Đông Dương Cộng Sản Đảng) and then pulling in the entire Tonkin Chapter. In Central Vietnam, the Youth members joined with Tân Việt party members to form a communist party named

Đoàn. Tại Nam Kỳ, sau khi cơ sở VNTNCMĐCH bị tan rã vì vụ án mạng đường Barbier (vụ giết người do việc thanh trừng trong hàng ngũ VNTNCMĐCH, khiến một số cán bộ và lãnh tụ bị xử tử hoặc tù đày), các thành phần còn lại lập ra An Nam Cộng Sản Đảng, đối lập với ĐDCSĐ.

Năm 1930, tại vùng Nghệ An Hà Tĩnh cán bộ cộng sản đã vận động nông dân biểu tình chống tô thuế và các nhân viên xã ấp, thành lập các đơn vị hành chánh mang tên "Xô Viết" giống như khuôn mẫu tại các vùng bên Tàu do Trung cộng kiểm soát, có trên 30 Xô Viết đã được thành lập tại vùng Nghệ Tĩnh. Chính quyền Pháp đã đàn áp dữ dội phong trào này, số nông dân bị bắt và tra tấn lên tới

Communist League of Indochina (Đông Dương Cộng Sản Liên Đoàn. In Cochinchina, after the VRYL branches were disintegrated due to the homicide on the Barbier Road, (the murder was the result of the purge within the VRYL causing a number of carders and leaders being executed or exiled), the remaining members formed An Nam Communist Party, in opposition to the Indochina Communist Party.

In 1930, in Nghệ An, Hà Tĩnh, communist cadres mobilized farmers to protest against land tax and village officials, establishing administrative committees called "Soviets", similar to the pattern in the regions in China controlled by Chinese Communists, over 30 Soviets were established in Nghệ Tĩnh. The French government violently suppressed this movement, the number of peasants

nhiều ngàn người. Tới giữa năm 1931 thì cuộc nổi dậy Xô Viết Nghệ Tĩnh bị dẹp yên, toàn bộ cấp lãnh đạo đảng Cộng Sản, kể cả Tổng Bí Thư Trần Phú đều bị bắt. Tại Hồng Kông Nguyễn Ái Quốc cũng bị bắt trong dịp này. Đảng Cộng Sản hoàn toàn bị tê liệt, chỉ hoạt động trở lại vào năm 1936.

Nội Các Trần Trọng Kim

Thế chiến thứ 2 bùng nổ, tháng 9/1940 quân Nhật tràn vào Việt Nam, lần lượt thâu tóm quyền hành. Cuối cùng ngày 9/3/1945 quân Nhật tấn công lật đổ Pháp, tuyên bố trao trả độc lập cho Việt Nam, vua Bảo Đại cử Trần Trọng Kim thành lập chính phủ.

Vào bình minh của nền độc lập này, dân tộc Việt Nam đã trải qua một tai họa khủng khiếp, đó là nạn

arrested and tortured were in thousands. By mid-1931 the Nghệ Tĩnh Soviet uprising was quelled, all the leaders of the Communist Party, including General Secretary Trần Phú were arrested. In Hong Kong Nguyễn Ái Quốc was also arrested on this occasion. The Communist Party was completely paralyzed, only operated again in 1936.

Trần Trọng Kim's Cabinet

World War II broke out, in September 1940 Japanese forces swept into Vietnam, taking power in turn. Finally, on March 9, 1945, the Japanese forces overthrew France and declared the independence of Vietnam. King Bảo Đại appointed Trần Trọng Kim to form a government.

At the dawn of this independence, Vietnamese people experienced a terrible disaster, a famine that killed

đói đã giết hại gần 2 triệu người dân miền Bắc. Nạn đói này có 2 nguyên nhân chính, thứ nhất vì một phần ruộng đất phải dành để trồng cây kỹ nghệ phục vụ cho guồng máy chiến tranh của Nhật, thứ nhì vì giao thông bị ngăn chặn do tình trạng chiến tranh khiến thóc gạo tại miền Nam không thể chở ra cung cấp cho miền Bắc.

Trong một thời gian ngắn ngủi chính phủ Trần Trọng Kim đã đạt được nhiều thành quả về xã hội và giáo dục, trong khi về an ninh và quân sự vẫn hoàn toàn thuộc quyền quân Nhật. Nhật duy trì quyền lực tại Việt Nam cho đến khi quân đội Đồng Minh vào giải giới họ sau khi Nhật Hoàng đầu hàng Đồng Minh vào ngày 15 tháng 8 năm 1945.

nearly 2 million people in the North. There were two main causes for this famine, firstly because the land had to be partially devoted to cultivating industrial crops to serve the Japanese war machines, and secondly because traffic was blocked due to the war situation, causing disrupting rice delivery from the South to the North.

In a short time, Trần Trọng Kim's government had a lot of social and educational achievements, while security and military were still under Japanese control. Japan remained in power in Vietnam until the Allied forces disarmed them after the Japan Emperor surrendered to the Allies on August 15, 1945.

7/ Vietnam from the struggle for independence to the Communist - Nationalist civil war in the context of the cold war of the world in the 20th century

7/ Việt Nam từ cuộc chiến đấu giành độc lập chuyển qua nội chiến Cộng sản - Quốc gia trong khung cảnh chiến tranh lạnh của thế giới vào thế kỷ 20

Năm 1934 Comintern giao cho hai cán bộ cộng sản là Lê Hồng Phong và Hà Huy Tập từ Ma Cao tổ chức trở lại Đảng Cộng Sản Đông Dương. Nhờ chính sách cởi mở của Pháp dưới thời chính phủ Mặt Trận Bình Dân lúc bấy giờ, cho tới năm 1937 ĐCSĐD đã trở nên đảng cách mạng có nhân sự và được tổ chức quy mô nhất tại Việt Nam.

Cùng trong thời gian này, sau khi các cuộc nổi dậy đã bị dẹp tan đầu thập niên 1930, sinh hoạt đề kháng ở trong nước chỉ còn mang

In 1934 Comintern assigned the two communist cadres Lê Hồng Phong and Hà Huy Tập from Macau to re-organize the Indochina Communist Party (ICP). Thanks to the openness of France under the government of the Popular Front at that time, by 1937 the ICP had become a well-organized and resources revolutionary party in Vietnam.

At the same time, after the revolts were suppressed in the early 1930s, the resistance activities in the country focused on cultural

A SHORT SUMMARY OF VIETNAMESE HISTORY

tính cách văn hóa, xã hội với sự thành lập của Tự Lực Văn Đoàn vào năm 1933. Tới năm 1937, hai nhà văn có tư tưởng chính trị sâu sắc nhất trong Tự Lực Văn Đoàn là Nguyễn Tường Tam và Nguyễn Tường Long đã thành lập đảng Đại Việt Dân Chính, có thể nói đây là đảng quốc gia thứ nhì sau Việt Nam Quốc Dân Đảng. Thành phần đảng viên của Đại Việt Dân Chính phần lớn là các nhà trí thức, thiếu sự tham dự rộng rãi của quần chúng.

Đến năm 1938, một đảng quốc gia thứ ba do Trương Tử Anh thành lập, có tên là Đại Việt Quốc Dân Đảng. Ngoài thành phần trí thức, ĐVQDĐ có thêm sự tham gia của các học sinh và sinh viên tại các thành thị nhưng rất ít sự hiện diện của quần chúng tại nông thôn và giới thợ thuyền.

and social aspects with the establishment of Tự Lực Văn Đoàn (Autonomous Literary Union) in 1933. By 1937, the two writers with a strong socio-political consciousness in Tự Lực Văn Đoàn Nguyễn Tường Tam and Nguyễn Tường Long – established the Đại Việt Dân Chính Party, which can be said to be the second nationalist party after the Vietnam Nationalist Party. The membership pool of the Đại Việt Dân Chính Party is largely amongst the intellectuals lacking the broad participation of the masses.

By 1938, a third nationalist party was founded by Trương Tử Anh, named Đại Việt Quốc Dân Đảng – Nationalist Party of Greater Vietnam (NPGV). Apart from the intellectuals, the NPGV had the participation of school and university students in the urban areas but with very little

Cả hai đảng Đại Việt đều thiếu một bộ phận điều hành tại trung ương nên dễ nẩy sinh ra nhiều hệ phái, nhất là khi đảng trưởng không có điều kiện để lãnh đạo.

Vào năm 1939, trước nguy cơ Thế Chiến bùng nổ với đe dọa xâm lăng của Đức tại Âu Châu, Liên Xô đã ký hiệp ước bất tương xâm với Đức và biến cố này đã ảnh hưởng đến tình trạng đảng phái tại Việt Nam.
Vì là một tổ chức vệ tinh của Liên Xô nên đảng CSĐD đã công khai có thái độ thân Đức. Điều này đã khiến nhà cầm quyền Pháp tại Đông Dương chấm dứt thái độ cởi mở và tiến hành cuộc đàn áp để trừ hậu họa. Sau khi Thế Chiến xẩy ra, nhận thấy chính quốc Pháp bị Đức đánh bại nhanh chóng, đảng CSĐD đã quyết định tổng khởi

participation from the mass in the rurals and the workers in the cities and towns.

Both parties lacked a central executive committee thus enable factions to be formed, especially when the party leaders were incapacitated.

In 1939, facing the risk of a world war outbreak with the threat of German invasion in Europe, the Soviet Union signed a nonaggression pact with Germany and this event affected political parties in Vietnam. As a satellite organization of the Soviet Union, the Indochina Communist Party had publicly supported Germany. This caused the French rulers in Indochina to end their open attitude and carried out the subsequences there might be. After the World War broke out, realizing that France was quickly defeated by Germany, the Indochina

nghĩa tại Nam Kỳ. Cuộc Nam Kỳ Khởi Nghĩa đã bị đàn áp nặng nề, hầu như toàn bộ lãnh đạo đảng đều bị cầm tù hay tử hình. Tuy nhiên cuộc đàn áp không tiêu diệt được hệ thống cơ sở của đảng CS Đông Dương và khả năng huy động quần chúng của đảng này.

7.1/ Các cuộc vận động giành lại độc lập từ Hoa Nam

Việc chấm dứt nền cai trị của Pháp tại Việt Nam đã chịu ảnh hưởng sâu xa từ các cuộc vận động tại Hoa Nam.

Vào năm 1933 Nguyễn Ái Quốc đã được giải thoát khỏi nhà tù Hồng Kông, bí mật đưa về lục địa Tàu rồi Liên Sô và chỉ trở lại Tàu vào năm 1938, tại đây Nguyễn Ái Quốc lấy tên là Hồ Quang và phục vụ như một sĩ quan cấp Tá trong

Communist Party decided to launch a general uprising in Cochinchina. The Nam Kỳ Khởi Nghĩa (Cochinchina Uprising) was severely put down, almost all party leaders were imprisoned or executed. However, the persecution did not destroy the grassroots system of the Indochinese Communist Party and its ability to mobilize the masses.

7.1/ Campaigns to regain independence from South China

The end of French rule in Vietnam was mostly attributed to the long and persistent campaigns in South China.

In 1933 Nguyễn Ái Quốc was freed from Hong Kong's prison, secretly brought back to mainland China and then Soviet Union and only returned to China in 1938. Here Nguyễn Ái Quốc took the name Hồ Quang and served as Lieutenant in the

Đệ Bát Lộ Quân Tàu Cộng. Đến năm 1940 Nguyễn Ái Quốc di chuyển đến Côn Minh và bắt liên lạc được với ĐCSĐD ở trong nước. Đến đây Nguyễn Ái Quốc lấy tên là Hồ Chí Minh, thành lập Việt Nam Độc Lập Đồng Minh Hội, thường được gọi tắt là Việt Minh. (Hồ Chí Minh đã lấy lại tên của tổ chức do Hồ Học Lãm lập ra trước đó 5 năm, nhưng gần như không hoạt động) Trong cốt lõi Việt Minh hợp tác chặt chẽ với Tàu Cộng, được Tàu Cộng hỗ trợ về trang bị, ngân sách và cố vấn.

Mặt khác, cũng trong thời gian này, vì hầu như toàn bộ cấp lãnh đạo cộng sản ở trong nước bị bắt hoặc bị giết do cuộc Nam Kỳ Khởi Nghĩa thất bại, Hồ Chí Minh trở thành người đại diện cho Comintern, lãnh đạo Đảng Cộng Sản Đông

Eighth Route Army of the Chinese Communist Army. By 1940, Nguyễn Ái Quốc moved to Kunming and managed to contact with the Indochina Communist Party from Vietnam. At this point, Nguyễn Ái Quốc took the name Hồ Chí Minh and founded League for the Independence of Vietnam, often referred to as Việt Minh. (Hồ Chí Minh regained the name of the organization that was established five years earlier by Hồ Học Lãm but was almost inactive). In reality, Việt Minh worked closely with Chinese Communists, supported by the Chinese Communist with equipment, finance, and advisors.

Furthermore, during this same period, because almost the entire communist leadership in the country was captured or killed by the failed Cochinchina uprising, Hồ Chí Minh became the representative of Comintern, leading the Indochina

Dương. Tuy nhiên, đối với bên ngoài Việt Minh mang hình thái một tổ chức thuần túy quốc gia, dân tộc, gồm mọi thành phần, nhằm đánh đuổi thực dân Pháp và Phát xít Nhật khỏi Việt Nam. Từ Hoa Nam, ngoài tầm kiểm soát của Pháp, Việt Minh đã điều khiển hoạt động của đảng Cộng Sản ở trong nước và tổ chức các toán võ trang tại biên giới để xây dựng lực lượng và cung cấp tin tức tình báo cho Đồng Minh trong cuộc chiến với Nhật tại Đông Dương.

Communist Party. However, for the outsiders Việt Minh appears to be a purely nationalist and pro people organization, inclusive to all social groups in society for the cause of expelling the French colonialists and Japanese fascists from Vietnam. From South China, out of reach of French authority, the Việt Minh controlled the activities of the Communist Party in the country and organized armed groups at the border to build up power and provide intelligence to the Allies in the war with Japan in Indochina.

Trong thời gian này, còn một số tổ chức chống Pháp khác của người Việt tại Hoa Nam, như Việt Nam Quốc Dân Đảng hải ngoại do Vũ Hồng Khanh lãnh đạo. Đây là thành phần còn lại sau khi QDĐ bị tan rã ở trong nước sau cuộc khởi nghĩa Yên Báy. Vào năm 1942, VNQDĐ đã phối hợp với một số đảng phái quốc

During this period, there was a number of other Vietnamese anti-French organizations in South China, such as the Vietnam Nationalist Party overseas branch led by Vũ Hồng Khanh. This was the remaining component after the Vietnam Nationalist Party annihilation in the country after the Yên Báy

gia khác lập nên Việt Nam Cách Mạng Đồng Minh Hội để dễ khai thác các hỗ trợ từ phía Trung Hoa Quốc Dân Đảng. Nỗ lực này đã bị phía Việt Minh nội tuyến ly gián. Việc ngầm phá hoại này không chỉ nhắm vào liên hệ giữa các tổ chức trong VNCMĐMH mà ngay cả trong nội bộ của Việt Nam Quốc Dân Đảng khiến các đảng quốc gia liên tiếp tranh chấp, không thể hợp tác hoạt động.

Cao điểm của hiện tượng lũng đoạn Việt Nam Cách Mạng Đồng Minh Hội bởi đảng CS là việc tham dự của Hồ Chí Minh vào guồng máy lãnh đạo của Việt Nam Cách Mạng Đồng Minh Hội.

Vào cuối năm 1942

uprising. In 1942, the Vietnam Nationalist Party coordinated with a number of other nationalist parties to establish the Vietnam Revolutionary Alliance (VRA) to cultivate the assistances from the Chinese Nationalist Party. This effort was ruined by the Việt Minh's elements infiltrated in the organization. This tacit sabotage not only aimed at the relationship between the organizations in the VRA but even within the Vietnam Nationalist Party, which kept the nationalist parties in constant dispute and could not co-operate with each other.

The culmination of the manipulation of the Việt Nam Cách Mệnh Đồng Minh Hội by the Vietnamese communist is the participation of Hồ Chí Minh in the leadership of the Việt Nam Cách Mệnh Đồng Minh Hội.

At the end of 1942 (August

(8/1942), trong một cuộc di chuyển từ Việt Bắc qua Hoa Nam, Hồ Chí Minh đã bị dân quân Quốc Dân Đảng Trung Hoa bắt giữ. Họ Hồ bị cầm tù khoảng 1 năm, sau đó đã được thả và trao cho Việt Nam Cách Mạng Đồng Minh Hội. Tại đây, do khéo léo và bản lãnh, Hồ Chí Minh đã chiếm được lòng tin của các cấp lãnh đạo Việt – Hoa, mọi người không hay biết Hồ Chí Minh chính là cán bộ cộng sản Nguyễn Ái Quốc. Cuối năm 1943, họ Hồ đã được tín nhiệm vào ban lãnh đạo Việt Nam Cách Mạng Đồng Minh Hội, cùng lúc với một lãnh tụ quốc gia khác là Nguyễn Tường Tam, cũng đã bị Tàu bắt và thả trong hoàn cảnh tương tự.	1942), during a movement from Việt Bắc (*Northern Vietnam*) to South China, Hồ Chí Minh was captured by the Chinese Kuomintang militia. Hồ was imprisoned for about a year, then released and handed over to the Việt Nam Cách Mệnh Đồng Minh Hội. Here, due to his ingenuity and shrewdness, Hồ Chí Minh won the trust of both Vietnamese and Chinese leaderships. No one knew that Hồ Chí Minh was a Communist Party member Nguyễn Ái Quốc. By the end of 1943, Hồ had gained confidence in the leadership of the Việt Nam Cách Mệnh Đồng Minh Hội. During this time a nationalist leader, Nguyễn Tường Tam, was captured and released by the Chinese under similar circumstances.
Tóm lại, trước khi Nhật bị đánh bại, đã có nhiều đảng chính trị của dân Việt hoạt động trong quần chúng, và Việt Minh có tổ chức quy	In short, before the Japanese were defeated, there were many Vietnamese political parties that were active among the masses, and the

mô và nhiều ảnh hưởng hơn cả.

7.2/ Việt Minh cướp chính quyền tại Hà Nội, thiết lập chế độ Việt Nam Dân Chủ Cộng Hòa

Ngày 15/8/1945 Nhật chính thức đầu hàng, trong tư thế của đoàn quân bại trận, chỉ còn giữ một vai trò trị an giới hạn tại Việt Nam. Về phía người Việt, chính phủ Trần Trọng Kim lúc đó chỉ phụ trách về văn hóa và xã hội, nên quyền lực quốc gia hầu như bị bỏ ngỏ và Việt Minh đã nhanh chóng đoạt lấy chính quyền.

Nhân cuộc biểu tình 2 ngày sau khi Nhật đầu hàng của hàng vạn công chức VN trên đường phố Hà Nội để bầy tỏ niềm vui đất nước không còn bị ngoại bang thống trị, các cán bộ Việt Minh đã xen vào trưng cờ

Việt Minh with a proper organizational structure, had a lot more influence.

7.2/ Việt Minh seized power in Hanoi, establishing the Democratic Republic of Vietnam regime

On August 15, 1945, Japan officially surrendered, as a defeated army, only had a limited role of maintaining laws and order in Vietnam. Vietnamese on the other hand, Trần Trọng Kim's government was only in charge of civil and culture areas, so there was a vacuum in national authority and the Việt Minh quickly took over the government.

While tens of thousands of Vietnamese civil servants and students took to the streets of Hanoi in 2 days demonstration after Japan surrendered to express the joy that the country was no longer dominated by

và biểu ngữ, biến buổi mít tinh đó thành một cuộc biểu dương ủng hộ Việt Minh.

foreigners following the surrender by Japan, Việt Minh cadres who were blending in the crowd took the opportunity to distribute and display their own flags and banners, turning that rally into a show of support for Việt Minh.

Ngày 20/8/1945 Việt Minh thành lập Ủy ban Nhân Dân Cách Mạng Bắc Bộ và chiếm đài Phát thanh Hà Nội. Hai hôm sau, dưới áp lực của Việt Minh, vua Bảo Đại tuyên chiếu thoái vị, chính phủ Trần Trọng Kim đương nhiên giải tán và Hồ Chí Minh thành lập Chính Phủ Lâm Thời.

On August 20, 1945 Việt Minh established the People's Revolution Committee and occupied Hanoi Radio Station. Two days later, under the pressure of the Việt Minh, King Bảo Đại announced his abdication, Trần Trọng Kim's government effectively disbanded and Hồ Chí Minh established the Provisional Government.

Ngày 2/9/1945 Chính Phủ Lâm Thời ra mắt tại Hà Nội, tuyên bố thành lập chính thể Việt Nam Dân Chủ Cộng Hòa và trở thành chính phủ đại diện cho Việt Nam đối diện với cuộc trở lại của Pháp nhằm tái lập

On September 2, 1945, the Provisional Government was launched in Hanoi, proclaiming the establishment of the Democratic Republic of Vietnam and becoming the government that represented

ách cai trị.

7.3/ Pháp trở lại chiếm đóng Việt Nam

Phe Đồng Minh thắng trận không quan tâm đến nguyện vọng của dân Việt Nam, đã quyết định để quân đội Anh và quân đội Trung Hoa Quốc Dân Đảng vào giải giới quân Nhật tại hai miền Nam và Bắc vĩ tuyến 16. Quân Pháp đã theo chân quân Anh vào chiếm đoạt lại phần lãnh thổ VN dưới vĩ tuyến 16, tiến hành bình định cuộc Kháng Chiến Nam Bộ do các nhóm Quốc Gia, Giáo phái và chính quyền Việt Minh phát động.

Tại Miền Bắc trong thời gian đầu, khi quân đội Trung Hoa Quốc Dân Đảng vào giải giới quân Nhật, để có được hình thái đoàn kết dân tộc và che dấu bản chất cộng sản, Việt Minh đã

Vietnam confronting the French who returned to re-establish its rule.

7.3/ France returns to occupy Vietnam

The winning Allies without any consideration to the aspirations of the Vietnamese people, decided to allow the British and Chinese forces to disarm the Japanese troops in the South and the North of the 16th parallel. The French followed the British to recapture the territory of Vietnam south of 16th parallel, pacified the Southern Resistance carried out by the Nationalist groups, Religious forces and the Việt Minh government.

In the North in the beginning, when the Army of Nationalist Chinese entered to disarm Japanese force, in order to achieve national solidarity and to conceal its communist trait,

cùng các đảng phái quốc gia thành lập một chính phủ Liên hiệp để dễ dàng được Tàu hỗ trợ. Về sau có sự dàn xếp giữa Pháp và Tàu để quân đội Pháp ra Bắc thay thế Tàu tước khí giới quân Nhật để đạo quân Trung Hoa Quốc Dân Đảng triệt thoái khỏi Việt Nam. Trước tình thế này, chính quyền Hồ Chí Minh đã quay sang thương thuyết với Pháp về vấn đề độc lập của Việt Nam.

Về phía Pháp, chấp nhận thương thuyết với Việt Minh chỉ là phương tiện tranh thủ thời gian, tạo điều kiện để đem quân đội trải ra miền Bắc. Phía Việt Minh, sau khi thấy Trung Hoa Quốc Dân Đảng không còn ảnh hưởng tại Việt Nam, đã thỏa hiệp với Pháp để loại bỏ các thành phần quốc gia khỏi chính phủ liên hiệp, tiêu diệt các lực lượng quốc gia còn sót lại. Nhưng, với ý đồ của Pháp là tái chiếm toàn bộ Việt

Việt Minh formed a coalition government with the nationalist parties in order to win the support by the Chinese. Later, France reached an agreement with China to replace them in the disarmament of Japanese force in the North so that Chinese army Nationalist Army could return to China. In the circumstance, Ho Chi Minh's government did an about face to negotiate with France about the independence of Vietnam.

For the French, accepting negotiations with Việt Minh was just a means to buy time, to enable the deployment of its troops to the North. Việt Minh, seeing that the Chinese Nationalist Party was no longer influential in Vietnam, colluded with the French to eliminate nationalist elements from the coalition government, destroying the remaining nationalist forces. However, France objective was to reoccupy of the whole

Nam, cuộc thương thuyết giữa Việt Minh và Pháp đi vào bế tắc. Ngày 19/12/1946 giao tranh Pháp Việt bùng nổ tại Hà Nội, mở đầu cho cuộc chiến mệnh danh là chiến tranh Đông Dương lần thứ 1. Khởi đầu quân đội Pháp thành công chiếm được Hà Nội và hầu hết các thành phố lớn tại Việt Nam. Phía Việt Minh lui về vùng thượng du Bắc Việt và một số chiến khu tại các địa bàn đồng lầy và miền núi tại Nam và Trung Việt. Đa số nông thôn trên toàn quốc trở nên vùng sôi đậu tranh chấp giữa hai bên.

7.4/ Hình thành chính thể Quốc Gia Việt Nam

Vào giữa năm 1947, trước cao trào kháng chiến của người Việt từ Nam ra Bắc, Pháp thấy không thể tái lập tại đây một chế độ thuộc địa như trước, chưa kể trong tình thế mới chế độ thực dân của một số quốc gia Tây phương cũng không còn hợp thời nữa.

Vietnam, the negotiation between France and Việt Minh came to a deadlock. On 19/12/1946 fighting broke out in Hanoi between Vietnamese and French thus began the First Indochina War. At first, the French army successfully captured Hanoi and most of the major cities in Vietnam. Việt Minh retreated to mountainous regions of North Vietnam and the bases in the marshy and mountainous areas of South and Central Vietnam. Most of the countryside's became the grey areas where both sides tried to control.

7.4/ Formation of the Vietnam Nationalist polity

In mid-1947, the Vietnamese resistance movement from North to South, France knew that it is impossible to re-establish a colonial regime like before, not to mention the fact that Western colonial rule was no longer suitable. On the other hand, in Vietnam, Vietnamese at

Mặt khác, ngay tại Việt Nam khối dân chúng chống lại Việt Minh ngày một đông hơn và các lực lượng quốc gia chống cộng đã dần được tái lập, đó là những yếu tố khiến Pháp chọn giải pháp thành lập một chính thể thân Pháp trong cơ chế Liên Hiệp Pháp để đối đầu với Việt Minh và bảo vệ quyền lợi của Pháp tại Đông Dương.

Trong hoàn cảnh và mục tiêu nêu trên, Pháp mời gọi cựu hoàng Bảo Đại, lúc đó đang lưu vong tại Hồng Kông ra chấp chính dẫn tới việc hình thành chính thể Quốc Gia Việt Nam. Khi nắm quyền, dù vẫn bị giới hạn, quốc trưởng Bảo Đại và các nhân vật quốc gia trong chính quyền của ông cương quyết bảo vệ chủ quyền của Việt Nam, đòi hỏi Pháp phải nhượng bộ. Trong khi đó, đường lối độc tài và nhất là các biện pháp sắt máu của Việt Minh đã đẩy người dân về phía chính quyền Quốc Gia là nơi người ta có thể sống được. Tuy nhiên sự nhượng

large, increasingly opposed Việt Minh and the anti-communist nationalist forces gradually regrouped. For these factors France chose the option of establishing pro-French polity in the French Union to fight Việt Minh and to protect interests of France in Indochina.

In the circumstances and the goals mentioned above, France invited the former monarch Bảo Đại back to the throne leading to the formation of the Vietnamese national polity. In power though with limited authority, king Bảo Đại and his government's nationalist members determined to protect the sovereignty of Vietnam, persistently pressured France to give in to their demand. In the meantime, the dictatorial policies especially the brutal and vicious measures of the Việt Minh pushed people towards the National Government where people

bộ cầm chừng của Pháp và khả năng lãnh đạo giới hạn của phe Quốc Gia đã không đủ sức huy động quần chúng tham gia chống Việt Minh một cách tích cực và hữu hiệu.

could live. However, French's slow and measured concessions and the Nationalist faction's limited authority could not adequately mobilize the mass to actively and effectively oppose Việt Minh.

People's Court convicting innocent landowners. Hundreds of thousands of people are killed excruciatingly
Tòa án nhân dân xử những người có ruộng đất vô tội. Hàng trăm ngàn người bị giết một cách tàn bạo

A SHORT SUMMARY OF VIETNAMESE HISTORY

Năm 1949 sau khi Tàu cộng chiếm lĩnh được toàn lãnh thổ Hoa lục, Việt Minh được tiếp tế dồi dào qua biên giới đã gia tăng đáng kể lực lượng quân sự khiến phía Pháp gặp nhiều khó khăn. Một phần chiến phí của Pháp tại Việt Nam bắt đầu phải nhờ tới viện trợ Mỹ. Từ năm 1953, khi chiến tranh Triều Tiên chấm dứt, Tàu cộng gia tăng viện trợ cho Việt Minh về mọi mặt khiến quân Pháp thêm khốn đốn, cuối cùng thất trận tại Điện Biên Phủ vào tháng 5 năm 1954.

Vào tháng 4 năm 1954 Hội nghị Genève, theo đề nghị của ngoại trưởng Liên Xô, nhằm vãn hồi hòa bình tại Đông Dương đã được triệu tập. Về phía Liên Xô, đề nghị được đưa ra là nhằm tạo điều kiện cho Pháp chấm dứt chiến tranh trong danh dự, đổi lại để Pháp có thái độ thuận lợi cho Liên

In 1949, after Chinese communists took over mainland China, Việt Minh was provided with lots of supplies across the border, significantly increased its military force, causing difficulties for the French. French began to receive military aid from the US for its war effort in Vietnam. From 1953, when the Korean War ended, China increased aid to the Việt Minh in all areas, pushing the French troops deeper into difficulties and finally losing the battle at Điện Biên Phủ in May 1954.

In April 1954, following the proposal by the Foreign Minister of Soviet Union, the Geneva Conference to restore peace in Indochina was convened. For Soviet Union, the proposal was to allow France to honorably ending the war in return France would not be opposing the Soviet in their

Xô trong việc tái võ trang nước Đức. Về phía Trung Cộng, Tàu e ngại một cuộc chiến mở rộng ngay tại biên giới với sự can thiệp ngay càng sâu đậm của Mỹ. Hiệp định Genève được ký kết giữa hai thành viên chính là Pháp và Việt Minh vào ngày 20 tháng 7/1954. Phái đoàn Quốc Gia Việt Nam tham dự Hội nghị đã phản đối việc ký kết này. Hiệp ước ấn định cuộc ngưng chiến với hai vùng tập trung tại Bắc và Nam vĩ tuyến 17, Việt Minh tại phía Bắc, Pháp và Quốc Gia Việt Nam tại phía Nam của vĩ tuyến này. Dân Việt được quyền di chuyển để lựa chọn vùng sinh sống. Sau 2 năm sẽ tổng tuyển cử để có một chính thể thống nhất cho Việt Nam.

7.5/ Chính thể Việt Nam Cộng Hòa được khai sinh tại miền Nam Việt Nam

Sau Hiệp Định Geneve

attempt to re arming Germany. For Communist China, they worried about an expanding war next to their border with the increasing involvement by the US. The Genève Accord was signed by the two main members, France and Việt Minh in July 1954. The delegation of the State of Vietnam strongly protested against this agreement. The Agreement stipulated a cease-fire to separate the warring sides North and South of the 17th parallel, with Việt Minh in the North, France and the State of Vietnam in the South. Vietnamese were free to move to choose what side to live. A general election would be held after 2 years to elect a unified government for Vietnam.

7.5/ The Republic of Vietnam Polity established in South Vietnam.

After the 1954 Geneva

1954, với sự giúp đỡ của các tầu vận tải Pháp, Mỹ và Anh quốc, hơn 1.000.000 dân Việt từ miền Bắc do Việt Minh kiểm soát đã chọn di cư vào sống tại miền Nam. Không có hiện tượng dân chúng từ miền Nam tìm cách di chuyển ra sống tại vùng Việt Minh kiểm soát ở miền Bắc, ngoại trừ một số nhỏ thành phần cán bộ lãnh đạo guồng máy kháng chiến của Việt Minh tại miền Nam.

Cuộc hội nhập của dân di cư từ Bắc vào Nam diễn ra nhanh chóng, trong số các lý do phải kể tới viện trợ Mỹ và nỗ lực của chính quyền Việt Nam Quốc Gia.

Dưới sự lãnh đạo của Thủ Tướng Ngô Đình Diệm, miền Nam đã nhanh chóng gỡ bỏ mọi ảnh hưởng của Pháp, tiến tới thành lập

Agreement, with the help cargo ships of French, American and British more than 1,000,000 Vietnamese from the Việt Minh controlled North chose to move to the non-communist South. There was not any sign of people from the South trying to move to live in Viet Minh - controlled areas in the North, except for a small number of cadres leading the Viet Minh resistance apparatus in the South.

The integration of migrants from the North to the South took place quickly, among the contributing factors to the success were the US's aid and the efforts of the National Government of Vietnam.

Under the leadership of Prime Minister Ngô Đình Diệm, the South quickly removed all French influence, moving toward a

chính thể Việt Nam Cộng Hòa trong khi tại miền Bắc Việt Minh chính thức áp dụng chế độ cộng sản. Sau năm 1956, miền Nam Việt Nam đã đạt được một số cải tiến quan trọng về văn hóa, xã hội và kinh tế nhưng ngân sách quốc gia vẫn tùy thuộc phần lớn vào viện trợ Mỹ.

"Republic of Vietnam" polity while in the North Việt Minh officially adopted the communist regime. After 1956, South Vietnam made a number of important reforms on cultural, social and economic areas, but the national budget still largely depended on US's aid.

North Vietnamese refugees aboard an American ship in Hải Phòng
Dân di cư Bắc Việt trên một chiếc tàu Mỹ tại Hải Phòng

Crew member providing water to Vietnamese refugees on the ship USS Bayfield – 1954
Thuyền viên cung cấp nước cho người ty nạn Việt Nam trên tàu USS Bayfield – 1954

Về chính trị, chính quyền Việt Nam Cộng Hòa một mặt tiến hành các biện pháp loại bỏ các cơ sở của Việt Minh cài đặt tại miền Nam, mặt khác đã không thi hành điều khoản về tổng tuyển cử quy định vào năm 1956 trong hiệp định Genève vì không ký kết hiệp định này. Trước tình trạng chế độ Việt Nam Cộng Hòa tại miền Nam Việt Nam ngày một củng cố, lực lượng Việt Minh do Miền Bắc cài đặt lại dần dần bị tiêu diệt, vào năm

Politically, the Republic of Vietnam regime took measures to eliminate Việt Minh cadres planted in the South. Furthermore, as South Vietnam wasn't a signatory to the Genève Agreement, it refused to enforce the terms of the general election prescribed in the Agreement. With South Vietnam becoming more stable by the day and the planted Việt Minh cadres were gradually eliminated, in 1959 Hanoi government decided to invade the South employing

1959 chính quyền Hà Nội đã quyết định xâm chiếm miền Nam bằng một kế hoạch kết hợp quân sự và chính trị, mở đầu cho cuộc chiến được mệnh danh là chiến tranh Đông Dương kỳ 2.

a combined military and political plan, set off a war known as the Second Indochina War.

7.6/ Thiết lập Chế độ Cộng Sản tại miền Bắc Việt Nam

7.6/ Establishing a Communist Regime in North Vietnam

Ngay sau khi tiếp quản thủ đô Hà Nội, chính quyền Hồ Chí Minh đã có một bộ mặt và cung cách khác hẳn 9 năm về trước, trong các năm 1945 - 1946.

Immediately after taking over the capital Hanoi, the Ho Chi Minh government had a different face and manner to that of 9 years before, in the years 1945-1946.

Quyết định đầu tiên của chế độ Việt Minh là áp dụng ngay các biện pháp theo dõi và kiểm soát dân chúng theo mô hình Liên Xô và Trung Cộng. Dân chúng được gom lại thành tổ, mỗi tổ có 12 gia đình. Mỗi gia đình phải chịu trách nhiệm về hành động và tư tưởng của 11 gia đình kia.

The first decision of the Viet Minh regime was to immediately apply measures to monitor and control the population following the same models of the Soviet Union and China. People were organized in groups and each group had 12 families. Each family was responsible for the actions and thoughts of the other 11 families.

A SHORT SUMMARY OF VIETNAMESE HISTORY

Các thành phần trí thức bị đặc biệt theo dõi để phòng ngừa hành động bất mãn, một số khá đông sau đó bị đưa đi "cải tạo lao động". Đây cũng là hoàn cảnh các tiểu thương không thể tiếp tục sinh hoạt vì sản nghiệp bị tiêu tan, không thể nào có đủ tiền để đóng thuế cho chính phủ.

Một hệ thống chính quyền nặng nề từ trung ương tới địa phương đã được thiết lập. Nhưng quyền năng và sức mạnh của chế độ không đến từ guồng máy này, bên cạnh cơ cấu tổ chức hành chính ghi trên giấy tờ là một hệ thống song hành nắm trọn các quyền hạn trong tay, đó là cơ cấu tổ chức của đảng Lao Động Việt Nam, là tên gọi của đảng CSVN thời bấy giờ, và những tổ chức phụ trợ của nó như Mặt trận Việt Minh cũng như những hiệp hội Cứu Quốc đủ loại, từ Hội Phụ nữ cho đến Thanh niên cũng như các đoàn thể

The intellectuals were specially monitored to prevent acts of discontent, a large number were then sent to "re-education through labor". This was also the situation where small businesses could not continue to operate because their businesses were destroyed, and they could not earn enough money to pay taxes to the government.

A heavy system of government from the central to the local was established. However, the power and strength of the regime did not come from the governments just mentioned, besides the administrative organizational structure written on documents was a parallel system that holds all powers, that is the organizational structure of the Vietnamese Labor Party, which was the name of the Communist Party of Vietnam at that time, and its satellite organizations such as the Viet Minh Front as well as national salvation

tôn giáo. Đứng đằng sau điều động toàn bộ những cơ cấu này là tổ chức của đảng Lao Động Việt Nam với những chi bộ từ các cơ sở trường học, khu phố cho đến xã huyện tỉnh và cuối cùng lên đến mức tối cao. Không một quyết định quan trọng nào của đất nước mà không qua tay những tổ chức đảng này.

Việc khôi phục lại hạ tầng của nền kinh tế - xã hội, cũng như ổn định đời sống nhân dân của chính phủ Cộng Sản miền Bắc Việt Nam đã gặp rất nhiều khó khăn, Ngoài sự tàn phá do thế giới chiến tranh và cuộc chiến chống Pháp gây nên, chính sách "vườn không nhà trống" của Việt Minh trong kháng chiến cũng góp phần đáng kể vào việc tàn phá cơ sở hạ tầng đất nước. Ngoài ra, sự ra đi đột ngột của một triệu người miền bắc vào nam đã để lại những khoảng trống quan

associations of all kinds, from the Women's to the Youth's Associations as well as religious organizations. Behind all of these structures was the organization of the Vietnamese Labor Party with branches ranging from schools, neighborhoods to villages and districts, and finally to the highest level. Not a single major decision of the country that had not gone through these party organizations.

The restoration of the socio-economic infrastructure, as well as the stabilization of people's lives, by the government of the DRV faced many difficulties. In addition to the devastation caused by the world war and the war against France, The Viet Minh's "emptied houses and streets" policy during the resistance war also contributed significantly to the destruction of the country's infrastructure. In addition, the sudden departure of one million people from the north to the

trọng tại một số vùng trồng lúa chính của đồng bằng sông Hồng. Sự kiện này cộng với thiên tai xảy ra cho vùng đồng bằng Thanh Hóa vào năm 1954 đã dẫn đến một tình trạng thiếu ăn trầm trọng tại miền bắc mà chỉ nhờ một chương trình viện trợ khẩn cấp của Liên Xô mua gạo của Miến Điện (khoảng 150.000 tấn) mới giúp cho miền Bắc tránh khỏi một nạn đói tương tự nạn đói năm Ất Dậu 1945.

Dấu ấn của chế độ Việt Nam Dân Chủ Cộng Hòa trong lịch sử dân tộc Việt, đó là cuộc Cải Cách Ruộng Đất.

Có thể coi cuộc Cải Cách Ruộng Đất của chế độ Việt Nam Dân Chủ Cộng Hòa là biến cố quan trọng nhất trong lịch sử Việt Nam, không phải chỉ trong thế kỷ 20, mà từ thuở lập quốc, đã làm đảo lộn xã hội và đời sống tinh thần của người dân. Đây là chính sách có tác dụng làm đảo lộn nếp

south had left big gaps in some of the main rice-growing regions of the Red River Delta. This event combined with the natural disaster that occurred in the Thanh Hoa delta in 1954 led to a severe food shortage in the north, which was only thanks to an emergency aid program of the Soviet Union to buy rice from Burma, about 150,000 tons) to help the North avoid a famine similar to the Ất Dậu's famine in 1945.

The imprint of the Democratic Republic of Vietnam regime in the history of the Vietnam is itself the Land Reform.

The Democratic Republic of Vietnam's Land Reform can be considered the most important event in the history of Vietnam, not only in the 20th century, but since the founding of the country, which had disturbed the society and spiritual life of Vietnamese people. This was a policy that had the

sống kinh tế, gia đình và luân lý trong nông thôn Việt Nam.

Căn bản của chính sách là triệt hạ các nông dân có tài sản và biến toàn bộ dân chúng trở thành một loại nông nô cho chính quyền. Điều tai hại là coi các nông dân có tài sản như quân thù cần phải tiêu diệt, nên những ai bị quy kết vào thành phần địa chủ, số đông đã bị tử hình, tài sản bị chiếm đoạt, vợ con bị đầy đọa.

Cuộc Cải Cách Ruộng Đất đã bắt đầu từ năm 1953 và chỉ chấm dứt vào năm 1956. Đích thân Hồ Chí Minh đã thú nhận sai lầm, lên tiếng xin lỗi đồng bào vào ngày 17/8/1956 và hứa sẽ sửa sai.

Con số nạn nhân của Cải Cách Ruộng Đất do chính chính quyền công bố vào năm 1956 là 172.008 người

effect of upsetting economic, family life and morality in rural Vietnam.

The basis of the policy was to destroy farmers who owned property and to turn the entire population into a class of serf for the government. The heinous of this policy the treatment of farmers with property as enemies who needed to be destroyed, so majority of those who were accused of being a land owners were put to death, their property was confiscated, their wives and children had to live their lives in damnation.

The Land Reform began in 1953 and ended in 1956. Ho Chi Minh personally confessed his mistake, apologized to his compatriots on August 17, 1956 and promised to correct the mistakes.

The number of victims of Land Reform announced by the government in 1956 was 172,008, of which 123,266

trong đó có 123.266 nông dân chính quyền xác nhận là đã bị quy định sai vào thành phần địa chủ.

Trong thực tế số nạn nhân vượt quá con số 172.008 rất nhiều lần. Cũng cần lưu ý là, tuy ngoài miệng hứa sẽ sửa sai, nhưng đại đa số các người bị bắt oan đều không được thả.

Từ tình trạng thiếu thốn trầm trọng khi mới tiếp thu miền Bắc, qua năm 1955 Chủ Tịch Hồ Chí Minh đã cầm đầu một phái đoàn sang Bắc Kinh và Moscow để xin viện trợ và đã nhận được sự trợ giúp hậu hĩ không những từ phía Trung cộng và Liên Xô mà cả từ nhiều quốc gia trong khối cộng sản. Chính sách viện trợ này có thể coi như đối trọng với chương trình viện trợ của Mỹ dành cho Miền Nam Việt Nam.

peasants was confirmed by the government to have been misclassified as landlords.

In reality, the number of victims was a lot more than 172,008 people. However, surviving wronged victims were never released and left to die in prisons, their assets have never been returned nor any compensation paid, until this day.

From severe deprivation when he first occupied the North, in 1955 President Ho Chi Minh led a delegation to Beijing and Moscow to ask for aid and received generous support not only from China and the Soviet Union but also from many countries in the communist bloc. This aid policy could be considered as a counterweight to the US aid program for South Vietnam.

7.7/ Chiến tranh Đông Dương kỳ 2

Trước tình trạng chế độ Việt Nam Cộng Hòa tại miền Nam Việt Nam ngày một củng cố, lực lượng Việt Minh do Miền Bắc cài đặt lại dần dần bị tiêu diệt, vào năm 1959 chính quyền Hà Nội đã quyết định xâm chiếm miền Nam bằng một kế hoạch kết hợp quân sự và chính trị, mở đầu cho cuộc chiến được mệnh danh là chiến tranh Đông Dương kỳ 2.

Trong thời gian từ 1960 tới 1963 chế độ Cộng Sản Bắc Việt (gọi tắt là Việt Cộng) dùng Mặt Trận Dân Tộc Giải Phóng Miền Nam, một tổ chức bình phong do họ dựng lên, đã phá hủy được nhiều chương trình phát triển của Miền Nam, mở rộng tầm kiểm soát tại nông thôn và tạo nhiều tổn thất cho phía quân đội Việt Nam Cộng Hòa. Giải pháp đưa quân đội Hoa kỳ vào miền Nam để đối phó với sự xâm nhập quân sự từ

7.7/ Second Indochina War

With South Vietnam becoming more stable by the day and the planted Việt Minh cadres were gradually eliminated, in 1959 Hanoi government decided to invade the South employing a combined military and political plan, set off a war known as the Second Indochina War.

Between 1960 and 1963 the North Vietnamese Communist regime (Vietcong) used their sham creation, the National Liberation Front to damage South Vietnamese government's many development programs and expanded control in the countryside causing substantial military losses to the Army of Republic of Vietnam. Efforts to bring American combat troops in to join the war in Vietnam

miền Bắc bị Tổng Thống Ngô Đình Diệm cương quyết loại bỏ. Trong khi đó, đồng thời với các cuộc tấn công vũ trang, Việt Cộng đã mở rộng chiến dịch lũng đoạn VNCH bằng cách dùng cán bộ nằm vùng khuấy động các tôn giáo và thành phần dân chúng thân Miền Bắc chống lại chính quyền và tạo rối loạn trong xã hội.

Sau cùng, vào tháng 11 năm 1963 chế độ Việt Nam Cộng Hòa tại miền Nam Việt Nam bị xụp đổ bởi một cuộc đảo chính quân sự được Mỹ bảo trợ, Tổng Thống Ngô Đình Diệm và Cố Vấn Ngô Đình Nhu đều bị sát hại.

Sau chính biến 1963, tình hình chính trị tại miền Nam tiếp tục xáo trộn. Tại Sài Gòn, trong khi nhiều cuộc đảo chính tiếp tục xảy ra tại thượng tầng lãnh đạo, cán bộ Việt Cộng tiếp tục khuấy động tôn giáo chống chính quyền bằng nhiều cuộc biểu tình và tạo nên

were resolutely opposed by President Ngô Đình Diệm. Meanwhile, together with the military attacks, Vietcong expanded their campaign of disruption within the Republic of Vietnam by using infiltrated cadres to stir up conflicts between religions and encouraging Vietcong's sympathizers to fight against the government to create unrest.

Finally, in November 1963 the Republic of Vietnam regime in southern Vietnam was collapsed by a US-sponsored military coup, President Ngô Đình Diệm and Advisor Ngô Đình Nhu were killed.

After the 1963 coup, the political situation in the South descended into chaos. In Saigon, while the rolling coup d'état continued, Vietcong cadres continued to stir up anti-government protests by religious subsequently creating the Central Unrest, causing the

Biến động Miền Trung, gây mâu thuẫn giữa hai tôn giáo lớn Phật giáo và Công giáo trong 2 năm trời. Năm 1965, sau khi nắm quyền hành, hai tướng Nguyễn Cao Kỳ và Nguyễn Văn Thiệu đã ổn định tình hình tạo điều kiện cho cuộc bầu cử tổng thống vào năm 1967 với sự đắc cử của tổng thống Nguyễn Văn Thiệu và phó tổng thống Nguyễn Cao Kỳ, lập nên nền Đệ Nhị Việt Nam Cộng Hoà.

Vào năm 1964, trước đà xâm nhập ngày một gia tăng của lực lượng quân sự Cộng Sản Miền Bắc, để bảo vệ Miền Nam Mỹ bắt đầu các cuộc phản kích ra Bắc. Tới tháng 8/1964 Mỹ chính thức khởi đầu các cuộc oanh tạc quy mô Miền Bắc và tuyến đường xâm nhập từ Bắc vào Nam dọc theo dẫy Trường Sơn, có tên là đường mòn Hồ Chí Minh. Biện pháp này đã không ngăn cản được nỗ lực xâm nhập từ Miền Bắc và nguồn hỗ trợ cho chính

conflicts between the Catholics and Buddhists, two major religions in Vietnam, for almost 2 years. In 1965, after assuming the power, generals Nguyễn Cao Kỳ and Nguyễn Văn Thiệu managed to stabilize the situation and setting the scenes for the 1967 Presidential Election with General Nguyễn Văn Thiệu the President and his Vice President Nguyễn Cao Kỳ hence the establishment of the Second Republic of Vietnam.

In 1964, facing with the increasing of Communist forces, to protect South Vietnam, the United States began the counterattacks to the North. In August 1964, the US officially started the Northern bombing and the infiltration route from North to South along the Trường Sơn range, named the Hồ Chí Minh Trail. This attack couldn't halt the infiltration effort from the North and the support of the Communist China and the Soviet Union to Hanoi government. What

quyền Hà Nội từ phía Trung Cộng và Liên Xô. Tiếp theo đó cuộc chiến Đông Dương kỳ 2 bước vào một giai đoạn mới với sự tham gia trực tiếp của bộ binh Mỹ tại Miền Nam và các cuộc không tập của Mỹ trên toàn lãnh thổ Việt Nam, Lào và Cam Bốt.

followed brought the Second Indochina War to a new phase with the US's combat troops joining the war directly in South Vietnam and the US carried out airstrikes throughout Vietnam, Laos and Cambodia.

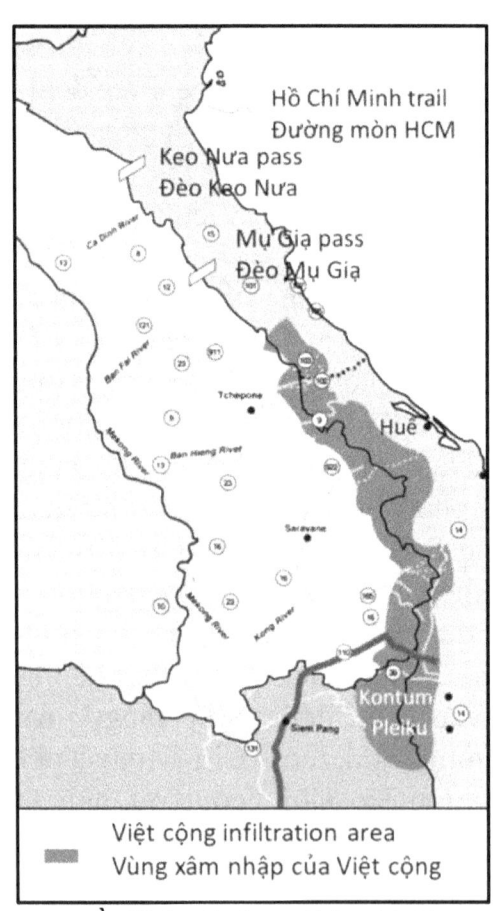

Hồ Chí Minh trail in 1967
Đường mòn Hồ Chí Minh vào năm 1967

Tới giữa năm 1965 phía Mỹ đề nghị thương thuyết chấm dứt chiến tranh trong khi chiến sự tiếp tục leo thang. Năm 1967 chính quyền Miền Bắc chấp nhận ngồi vào bàn thương thuyết. Trong khi trao đổi về thủ tục, tranh cãi về hình thức đàm phán chiến sự càng nóng bỏng hơn nữa.

Trận chiến làm thay đổi dư luận Mỹ về chiến tranh Việt Nam đã xẩy ra vào dịp Tết Mậu Thân, đầu năm 1968 và trong 2 lần kế tiếp vài tháng sau đó. Vào cuối năm 1967, trong khi dư luận quan tâm vào trận bao vây căn cứ Khe Sanh gần vĩ tuyến 17 của quân chủ lực Miền Bắc, thì lực lượng Việt Cộng với sự tăng cường của nhiều đơn vị mới xâm nhập, đã bất ngờ đồng loạt tấn công khốc liệt các đô thị và các căn cứ quân sự trên toàn quốc tại Miền Nam, bất chấp thỏa thuận ngưng bắn trong dịp Tết. Phần lớn các cuộc tấn

By mid-1965 the US proposed a negotiation to end the war while the fighting continued to escalate. In 1967 the North Vietnamese government agreed to come to the negotiating table. While the parties were in discussion on the procedure and format of negotiation, fightings became fiercer by the days.

The battle which changed the view of the US's public about the Vietnam War occurred on the Lunar New Year of the Monkey, in early 1968 and the following 2 battles a few months later. At the end of 1967, while the public was concerned about the siege of Khe Sanh base near the 17th parallel by the North's regular forces, then the Việt Cộng force re-enforced with newly units infiltrated from the North suddenly carried out fierce attacks the cities, and military bases all over South Vietnam. Most of these attacks were quickly

công này bị nhanh chóng đẩy lui, ngoại trừ tại thành phố Huế bị phía Việt Cộng chiếm đóng lâu hơn cả.

Tại Việt Nam, cuộc tấn công Mậu Thân là một thất bại quân sự và chính trị cho chính quyền Hà Nội vì hầu như toàn bộ lực lượng quân sự của Việt Cộng tại miền Nam bị tiêu diệt. Các cuộc nổi dậy của dân chúng Miền Nam để ủng hộ Việt Cộng cũng không xảy ra như họ dự trù và chờ đợi. Nhưng đối với quốc tế và dư luận Mỹ, cuộc tấn công đã có tác dụng tâm lý quan trọng và là một thắng lợi chiến lược cho phía Hà Nội. Dân Mỹ không còn tin tưởng vào khả năng can thiệp quân sự của Hoa Kỳ tại Việt Nam. Vấn đề không còn là làm sao ngăn cản được cuộc xâm nhập quân sự từ Miền Bắc hay cuộc khuynh đảo của họ tại miền Nam Việt Nam mà chỉ là làm sao Mỹ có thể rút nhanh chóng khỏi Việt Nam trong danh dự.

repelled, except in Huế, where the city was occupied longest by the communists.

While in Vietnam, the Tết Offensive was a military and political defeat for the North because almost all of their military forces in the South were destroyed. There was no uprising to support Vietcong in the South like what they were anticipating and expected. But for the world and the American public, the attack had an important psychological effect and it achieved a strategic victory for Hanoi. American people no longer believed in the ability of the US military intervention in Vietnam. The issue was no longer how to prevent a military invasion from the North or the interference to South Vietnam by them but how the US could withdraw quickly from Vietnam in honor.

Cuộc chiến đẫm máu tiếp tục thêm 4 năm nữa rồi hiệp định ngưng chiến mới được ký kết tại Paris vào tháng 1/1973 giữa Việt Nam Cộng Hòa, Mặt Trận Dân Tộc Giải Phóng Miền Nam, chính quyền Hà Nội và Hoa Kỳ. Hiệp ước ngưng bắn chỉ có trên giấy tờ, trong thực tế hoàn toàn vô hiệu lực. Liền sau khi ký kết, phía Việt Cộng mở ra nhiều cuộc tấn công mới, trong khi tình hình chính trị về phía Mỹ thay đổi quan trọng. Với sự thắng thế của phe chủ hòa bên Lập Pháp, đối diện với các cuộc tấn công của phía Việt Cộng, Hoa Kỳ tiếp tục rút quân ra khỏi cuộc chiến tại Việt Nam đúng theo điều khoản đã được ký kết. Quan trọng hơn nữa, Mỹ còn cắt bớt các khoản viện trợ cho Việt Nam Cộng Hòa, đặc biệt về viện trợ quân sự.

Tới đầu năm 1975, Việt Cộng mở nhiều cuộc tấn

The bloody war continued for another 4 years before the new ceasefire agreement was signed in Paris in January 1973 between the Republic of South Vietnam, the National Liberation Front of South Vietnam, Hanoi government and the United States. The truce was only on paper, in fact completely null and void. Immediately after the signing, Vietcongs launched many new attacks, while the political situation in the US side changed significantly. With the dominance of the pacifist faction on the Legislature, facing the communist attacks, the US continued to withdraw its troops from the war in Vietnam in accordance with the terms that were signed. More importantly, the United States also cut back on aid to the Republic of Vietnam, especially for military assistances.

By early 1975, the North's regular forces had launched

A SHORT SUMMARY OF VIETNAMESE HISTORY

công vào toàn lãnh thổ Việt Nam Cộng Hòa. Các thành phố trên cao nguyên và miền Trung lần lượt thất thủ, thủ đô Sài Gòn bị chiếm đóng vào ngày 30/4/1975, chế độ Việt Nam Cộng Hòa chính thức xụp đổ. Bắt đầu một kỷ nguyên mới: Việt Nam thống nhất dưới chế độ cộng sản Hà Nội.

many attacks all over the territory of the Republic of Vietnam. The cities in the highlands and the central regions fell one after another, Saigon, the capital was occupied on April 30, 1975, the Republic of Vietnam regime officially collapsed. A new era: A unified Vietnam under Hanoi's Communist government.

8/ Vietnam under authoritarian communist regime. The invasion by Communist China
8/ Việt Nam dưới chế độ độc tài Cộng Sản và cuộc xâm lăng của Trung Cộng

8.1/ Việt Nam từ 1975 đến 1979

8.1/ Vietnam from 1975 to 1979

Trong 4 năm, Việt Nam chứng kiến nhiều biến cố kinh hoàng. Đối nội, Việt Cộng coi Miền Nam như lãnh thổ bị chiếm đóng và khởi đầu một cuộc trả thù toàn diện. Một mặt chính quyền mới giam cầm hàng trăm ngàn cựu quân cán chính của chế độ Việt Nam Cộng Hòa trong nhiều nhà tù khắp nước che dấu dưới tên gọi Trại Cải Tạo. Mặt khác họ tiến hành nhiều chiến dịch cướp tài sản dân miền Nam bằng nhiều chính sách bất công và nghịch lý như chính sách Đổi tiền, Cải tạo Công thương nghiệp, Kinh tế mới và Hợp tác xã. Hàng triệu

In the four years between 1975 and 1979, Vietnam witnessed many horrific events. Domestically, Vietcong commenced a sweeping policy of revenge over what they considered occupied territory. Hundred-thousands of former officials and soldiers of the Republic of Vietnam (RVN) were incarcerated in prisons all over the country which they tried to hide under the so-called Re-education. Furthermore, they carried out campaigns policies to strips the people of South Vietnam their assets using unjust and irrational policies of Changing currency, Reforms

thân nhân của quân cán chính Việt Nam Cộng Hòa bị tước đoạt tài sản trục xuất khỏi thành thị miền Nam. Kết quả, chỉ trong vòng vài năm, Việt cộng đã phá hủy toàn bộ nền kinh tế miền Nam đã đưa cả nước đến bờ vực thẳm của nạn đói.

of Industry, Commerce of South Vietnam, New Economic Zone and Co-Operation. Millions of relatives of the officials and soldiers of the Republic of Vietnam were stripped of their assets and expelled from towns and cities in the South. As the result, in just few years, Vietcong succeeded in utterly destroying South Vietnam's economy pushing the country to the brink of famine.

Phong trào Phục Quốc của người dân miền Nam

South Vietnamese's National Restitution Movement

Ngay sau khi chính quyền VNCH đầu hàng, nhiều thành phần trong xã hội đã bí mật tổ chức để đánh đổ sự cai trị của Việt cộng. Tuy nhiên, các tổ chức chống đối và phục quốc này lần lượt bị thất bại.

Soon after the surrender of the RVN government, many people of diverse societal standings gathered themselves into organizations, all aiming to overturn the new communist regime. However, they failed, one by one.

Trong số những tổ chức này, đáng kể nhất là Mặt

The most remarkable of these organizations included:

trận Liên Tôn do linh mục Nguyễn Văn Vàng lãnh đạo, Lực lượng Nhân dân Vũ trang Phục quốc Việt Nam do linh mục Trần Học Hiệu và Thiếu tá VNCH Nguyễn Bá Đề chỉ huy, Tổ chức Dân quân Phục quốc do linh mục nhà thờ Vinh Sơn, Sài gòn lãnh đạo. Mặt trận Thống nhất Giải phóng Việt Nam do giáo sư Trần Thanh Đình lãnh đạo. Sau khi bị bắt, hầu hết các thủ lãnh bị xử tử hay tù chung thân. Tuy nhiên phong trào phản kháng để phục quốc vẫn ngấm ngầm trong dân chúng nhiều năm sau đó.

Bi hùng ca vượt biển của người Việt Nam

Đối diện với sự trả thù và tước đoạt tự do của chính quyền chiếm đóng, từ ngày 30 tháng 4 năm 1975, hàng trăm ngàn dân Miền Nam đã tìm cách trốn khỏi quê

the Inter-Religious Front led by Catholic priest Reverend Nguyễn Văn Vàng; the Popular Armed Forces for the Restitution of Vietnam under the leaderships of ARVN's Major Nguyễn Bá Đề and Reverend Trần Học Hiệu; People and Soldiers for Restitution Organization led by resident priests of the Catholic church of Vinh Sơn, Saigon; and the United Front to Liberate Vietnam by Professor Trần Thanh Đình. After they were arrested almost all of the leaders were either sentenced to death or life imprisonment. However, the resistance movement to restore the country remained underground for many years afterward.

The Exodus Tragedy of the people of Vietnam

Facing the revenge and suppression of freedom of the ruling regime, right after April 30, 1975 South Vietnamese undertook efforts to escape the country

hương bằng mọi cách, gọi là "vượt biên" bằng đường bộ và đường biển. Cao điểm là giữa những năm 1978 – 1980 khi hàng trăm ngàn người tuôn ra biển trên những con thuyền bé nhỏ mong đến được bến bờ tự do ở các quốc gia Đông Nam Á. Thế giới bàng hoàng gọi họ là "thuyền nhân". Cao ủy Tỵ nạn Liên Hiệp Quốc ước tính số người chết trên biển tương đương với số người đến được các trại tỵ nạn ở khắp vùng Đồng Nam Á và Đông Á. Theo thống kê của Cao Ủy Tỵ Nạn Liên Hiệp Quốc, từ năm 1975 đến 1997, có gần một triệu người Việt đến được các trại tỵ nạn khắp vùng Đông Nam Á và Đông Á. Phần lớn đều được tái định cư ở các quốc gia Âu, Mỹ và Úc. Cùng với thân nhân của họ được đoàn tụ và những người được các quốc gia Tây phương nhận trong chương trình định cư nhân đạo, hiện nay, có hơn

by all means, by land or by sea. The mass exodus, commonly called "vượt biên" ("crossing borders"), reached its peak during the years 1978-1980, when hundreds of thousands poured into the Pacific Ocean on flimsy boats, in the hope of reaching the promising freedom on the shores of countries nearby. The world, in shock, called them "boat people". They died in numbers equaling to those of fortunate escapees who arrived in refugee camps in South East and East Asia, according to the United Nation High Commissioner for Refugee's assessment. In the UNHCR's estimates, between 1975 and 1997 there were up to a million Vietnamese refugees who made it to the camps. Most of them were relocated in Europe, North America, and Australia. Together with relatives reunited through sponsorships and people received by the West in

hai triệu người Việt đang định cư tại hải ngoại..

humanitarian programs, there are over two millions throughout the diaspora.

Vietnamese Boat People
Thuyền nhân Việt Nam

Trong số người bị buộc rời khỏi Việt Nam phải kể tới hàng trăm ngàn người Việt gốc Hoa đã sinh sống nhiều thế hệ tại đây, họ bị áp lực phải rời khỏi Việt Nam vào năm 1978 trước khi cuộc chiến bùng nổ tại biên giới Việt Trung vào đầu năm 1979.

Amongst the people forced to leave Vietnam at the time, there were hundreds of thousands of Chinese descendants who had settled for centuries in the country. Many of these were under enormous pressure to leave throughout the year 1978, before a war erupted at the Sino-Vietnamese border in early 1979.

Chiến tranh Đông Dương kỳ 3

The Third Indochina War

Về chính trị, năm 1976, chính quyền Hà Nội tổ chức Đại hội Hiệp thương Chính trị để hợp thức hóa việc cầm quyền cả nước và đổi tên thành Cộng hòa Xã hội Chủ nghĩa Việt Nam, khẳng định Việt Nam theo chính thể cộng sản, thay đổi chính sách đối ngoại, đứng hẳn về Liên Xô, đối nghịch với Trung cộng.

In 1976, Hanoi government organized The Political Consultative Conference for National Reunification to formalize its rule on the whole of Vietnam, and to rename the country The Socialist Republic of Vietnam, affirming the adoption of the communist model. With changes in diplomatic policies, the regime's leadership aligned themselves with the Soviet Union, as opposed to Communist China.

Về quân sự, chiến tranh đã nổ ra giữa Khmer Đỏ tại Cam Bốt (một chế độ chư hầu của Trung Cộng) với Việt Nam, châm ngòi cho cuộc chiến có tên "Chiến Tranh Đông Dương kỳ 3".

Militarily, a new war between Vietnam and the Khmer Rouge, a satellite regime of China, triggered a larger conflict dubbed "The Third Indochina War".

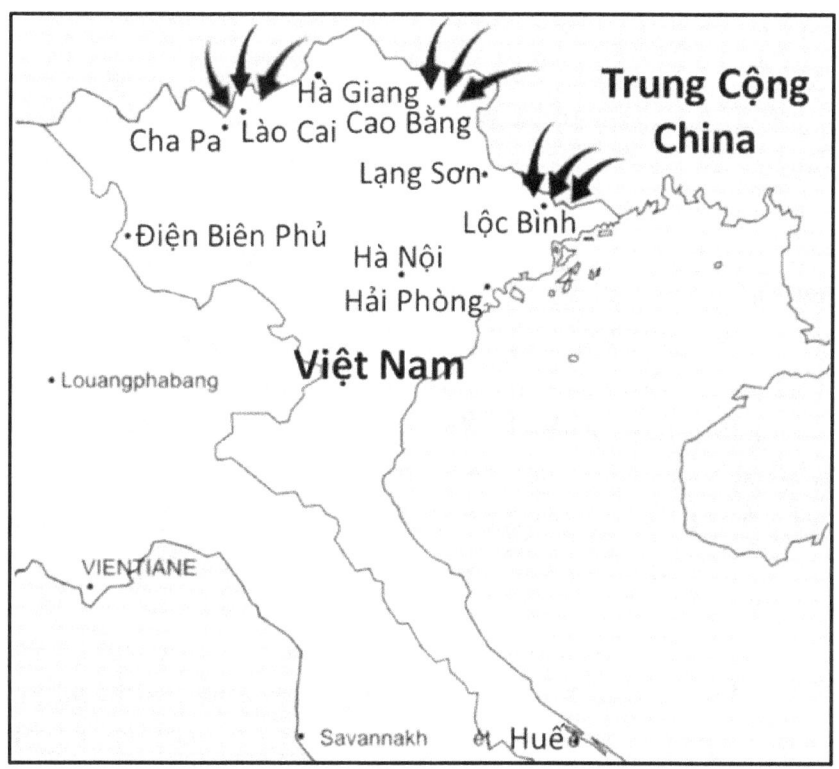

The Third Indochina War
Chiến tranh Đông Dương kỳ 3

Khi quân đội Việt Cộng tiến chiếm Cam Bốt thì Trung Cộng mở cuộc chiến xâm lăng dọc theo 6 tỉnh

As the Vietnamese army overran Cambodia in early 1979 China launched an invasion of their own over

biên giới miền Bắc Việt Nam trong một tháng vào đầu năm 1979, biến một giải rộng 30Km thành bình địa, hàng chục ngàn người bị sát hại và mở đầu cho một cuộc chiến tiêu hao giữa hai nước suốt 10 năm sau đó.

8.2/ Việt Nam từ 1979 đến 1986

Hậu quả của những chính sách kinh tế sai lầm dựa theo đường lối Kinh tế tập trung của cộng sản trong Kế hoạch 5 năm 1976-1980 đã đưa Việt Nam đến bờ nạn đói. Trước nguy cơ đó, một vài địa phương đã áp dụng những biện pháp "xé rào" cho phép vài xí nghiệp và hợp tác xã được phép tự quản, khoán và sinh lời mà không phải lệ thuộc vào trung ương. Đáng kể hơn cả là trường hợp Nguyễn Văn Linh, khi làm Bí Thư Thành Ủy Thành Phố Hồ Chí Minh lần thứ hai từ năm cuối 1981 cho thí

six provinces along Vietnam's northern border. The attacks leveled a 30-kilometer-square area, killing tens of thousands of people and starting a war of attrition between the foes for the next ten years.

8.2/ Vietnam from 1979 to 1986

The failed economic policies which were centralized planning during the Second Five Year Plan 1976-1980 had brought Vietnam to the brink of starvation. Facing with such danger, several provinces and cities employed several "break out" measures allowing some companies and co-operations to be self-managed, contracted and to achieve profit without the direct interference from the government. The most significant was the measures by Nguyễn Văn Linh, who was returned to Hồ Chí Minh

điểm một vài cải cách kinh tế trong đó một số xí nghiệp được phép tự quản trị để sinh lợi. Đường lối này giúp vãn hồi một phần sinh hoạt kinh tế và đời sống người dân. Tuy nhiên, trên đồng bộ, mọi sinh hoạt kinh tế và xã hội đều bị kiểm soát và điều khiển từ trung ương khiến cho nền kinh tế tiếp tục bị trì trệ và đời sống người dân vẫn cơ cực.

Vào năm 1982, đảng Cộng Sản cầm đầu bởi Đỗ Mười và Tố Hữu lên án chính sách nới lỏng kinh tế là có "Tinh thần xét lại Nam Tư" quyết định hủy bỏ chính sách này. Các công ty liên doanh bị giải thể, Chính sách kế hoạch hóa tập trung sau đó được triệt để áp dụng. Tình trạng ngăn sông cấm chợ, trưng thu cơ sở sản xuất tư nhân, hạn chế

City as its party chief for the second time at the end of 1981. Linh allowed limited economic reforms in which several companies were allowed self-managed to achieve profits. These limited reforms helped lifting economic activities and people living conditions. However, overall, the rest of the economy and the society as a whole were totally controlled and managed from the top resulting in the stagnation of the economy and life of most people were still very poor.

In 1982, the Communist Party, led by Đỗ Mười and Tố Hữu, condemned the "Economic easing" policy for having a "Yugoslavian revisionism", decided to abolish it. Public-private companies were dissolved, the central planning policy was then strictly applied. The practice of controlling movement of merchandise and banning markets,

phân phối hàng hóa ngoài lĩnh vực nhà nước và lề lối quản lý kinh tế phản khoa học đã tạo nên một bức tranh kinh tế ảm đạm, đói nghèo và lạc hậu cho không những miền Nam mà trên cả nước. Trong khi đó sự trợ giúp của Liên Xô ngày một giới hạn vì chính Liên Xô cũng gặp khó khăn, đồng thời cuộc chiến tại Cam Bốt ngày một sa lầy.

expropriating private production facilities, restricting distribution outside the state sector and unscientific economic management practices once again created a gloomy economic outlook, poverty and obsolete logistics not only for the South but the whole country. Meanwhile, Soviet aid was limited because the Soviet Union was in trouble, and the war in Cambodia was increasingly bogged down.

Phong trào Phục Quốc của người Việt tại hải ngoại

Oversea Vietnamese's National Restitution movement

Vào đầu thập niên 1980, nhiều phong trào phục quốc đã được nhóm lên trong cộng đồng người Việt Hải Ngoại.

In the early 1980s, many nationalist restitution movements sprung up in the Vietnamese diaspora.

Tại Pháp, vào năm 1980, Các ông Lê Quốc Quân, Lê Quốc Túy, Mai Văn Hạnh và Trần Văn Bá thành lập Mặt trận Thống nhất các

In France, in 1980, Lê Quốc Quân, Lê Quốc Túy, Mai Văn Hạnh and Trần Văn Bá established the Patriots Forces United Front for the

Lực lượng Yêu nước Giải phóng Việt Nam với chủ đích phối hợp cùng lực lượng giáo phái tại quốc nội, tiến hành lật đổ chính quyền cộng sản Việt Nam. Tổ chức này đã xâm nhập Việt Nam qua ngả Thái Lan vào bờ biển Rạch Giá. Lực lượng xâm nhập bị đánh chặn tại Hà Tiên vào cuối năm 1984. Kết quả có 119 người đã bị bắt giam hoặc tử thương. Ngày 8 tháng 1 năm 1985 Việt cộng đã xử bắn các ông Trần Văn Bá, Hồ Thái Bạch, Lê Quốc Quân và một số lãnh đạo khác.

Tại Úc, vào năm 1981, ông Võ Đại Tôn thành lập "Chí Nguyện Đoàn Hải Ngoại Phục Quốc", hợp tác với Kháng Chiến Lào để tìm đường xâm nhập Việt Nam. Ông Võ Đại Tôn đã bị Việt Cộng bắt tại biên giới Lào Việt vào năm 1981. Ông tiếp tục tranh đấu trong tù và được trở về Úc vào năm 1991 do các cuộc vận động

Liberation of Vietnam with the purpose of coordinating activities with the religious militias inside the country to overthrow the Vietnamese communist government. This organization had infiltrated Vietnam through Thailand to reach Rạch Giá coast. Intrusion forces were intercepted in Hà Tiên in late 1984. As a result, 119 people were captured or killed. On January 8, 1985, Vietcong executed Trần Văn Bá, Hồ Thái Bạch, Lê Quốc Quân and some other leaders.

In Australia, in 1981 Võ Đại Tôn established "Chí Nguyện Đoàn Hải Ngoại Phục Quốc", cooperating with the Laos Resistance to find a way to enter Vietnam. Võ Đại Tôn was arrested by the Vietcong at the border of Lao and Vietnam in 1981. He continued to fight in prison and was expelled to Australia in 1991 due to the

A SHORT SUMMARY OF VIETNAMESE HISTORY

của cộng đồng người Việt hải ngoại và chính giới Úc.

Tại Hoa Kỳ và Nhật Bản, vào năm 1980, Tướng Hoàng Cơ Minh và các ông Lê Hồng, Ngô Chí Dũng đã phối hợp Lực Lượng Quân Dân Việt Nam Hải Ngoại và Tổ Chức Người Việt Tự Do lập nên Mặt Trận Quốc Gia Thống Nhất Giải Phóng Việt Nam, mở đường về Việt Nam từ các căn cứ tại biên giới Thái Lào. Mặt Trận được sự hỗ trợ của đồng bào qua một phong trào Yểm Trợ Kháng Chiến được tổ chức rộng rãi trong cộng đồng người Việt Hải Ngoại. Tháng 10 năm 1982 các thành phần nòng cốt của Mặt Trận đã lập nên Việt Nam Canh Tân Cách Mạng Đảng, gọi tắt là đảng Việt Tân, để tiến hành công cuộc đấu tranh.

Cuối năm 1987, trong chuyến xâm nhập Việt

campaigns of the overseas Vietnamese communities and Australian politicians.

In 1980, in the United States and Japan, General Hoàng Cơ Minh together with Lê Hồng and Ngô Chí Dũng merged two organizations, the Vietnamese Soldiers and Civilian Overseas and the Free Vietnamese Organization to form the National United Front for the Liberating of Vietnam, using the bases at the Thailand-Lao border to infiltrate Vietnam. The Front was supported by compatriots through a popular movement, The National Movement for the Resistance Support in the Overseas Vietnamese communities. In October 1982, the core members of the Front formed the Vietnam Reforms Party, referred to as the Việt Tân Party, to carry out the struggle.

At the end of 1987, during an operation to enter to

Nam, Tướng Hoàng Cơ Minh cùng phần lớn ban lãnh đạo Mặt Trận và đảng Việt Tân đã bị chặn đánh tại biên giới Lào Việt, ông và các chiến hữu lãnh đạo đã tự sát để không bị rơi vào tay địch.	Vietnam, General Hoàng Cơ Minh and most of the Front and Việt Tân leadership were stopped by the Vietcong at the border of Lao-Vietnam. General Minh and his comrades-in-arms committed suicide to avoid falling into enemy hands.
Năm 2004 đảng Việt Tân quyết định ngưng các hoạt động với danh xưng Mặt Trận và tiếp tục công cuộc đấu tranh bất bạo động, phối hợp quốc nội và hải ngoại, để chấm dứt độc tài và xây dựng dân chủ cho Việt Nam. Đây là một trong những tổ chức có quá trình hoạt động lâu dài và thực lực nhân sự, họ luôn là đề tài chính quyền Việt cộng ra sức đánh phá.	In 2004 the Việt Tân party decided to stop all activities under the name of the Front and continue the non-violent struggle, coordinating at home and overseas activities to end dictatorship and build democracy for Vietnam. It is one of many organizations which has a long history of struggles and real and a large number of memberships. They have been the subjects of Vietcong government sustained and prolong attack.
<u>Chính sách Đổi Mới</u>	<u>The Renovation (Đổi Mới) policy</u>
Vào năm 1986, trước tình hình kinh tế ngày một suy kiệt, viện trợ Liên Xô giảm bớt và có thể không còn	In 1986, in the face of a deteriorating economic situation, Soviet Union aid diminished with little

tiếp tục, chưa kể là Liên Xô và Trung Cộng đã hợp tác trở lại, Cộng sản Việt Nam đã buộc phải thi hành chính sách "Đổi Mới" hòa nhịp với xu thế "Công Khai Hóa & Cải Tổ Cơ Cấu" tại Liên Xô. Nguyễn Văn Linh trở thành Tổng Bí Thư đảng CSVN, bắt đầu thực hiện chính sách Đổi Mới và Hà Nội tuyên bố sẵn sàng bình thường hóa quan hệ với Bắc Kinh bất cứ lúc nào.

prospect of it being continued, not to mention that the Soviet Union and China had resumed their cooperation, the Vietnamese Communists were forced to implement "Đổi Mới" (Renovation) policy in keeping with the trend of "Glasnost and perestroika" in the Soviet Union. Nguyễn Văn Linh became General Secretary of the Vietnamese Communist Party began to implement the Đổi Mới policy and Hanoi declared the willingness to normalize relations with Beijing at any time.

8.3/ Việt Nam sau năm 1986

8.3/ Vietnam after 1986

Chính sách Đổi Mới của đảng Cộng Sản Việt Nam đã đưa tới nhiều đổi thay quan trọng tại Việt Nam, những đổi thay này ảnh hưởng hỗ tương lên nhau nhưng yếu tố quyết định vẫn là sự đổi thay về chính trị, đặc biệt là chính trị đối ngoại.

The Communist Party's Renovation Policy had brought about many important changes in Vietnam. The changes support one another but the decisive factor was still the political change, especially the foreign policies.

Chính trị đối ngoại

Đáp lại thái độ làm hòa với Bắc Kinh của Hà Nội, phản ứng đầu tiên của Tàu Cộng là tăng cường các cuộc tấn công võ trang tại biên giới Việt Hoa vào năm 1987, tiến chiếm quần đảo Trường Sa vào năm 1988. Sau khi Việt Cộng triệt thoái khỏi Cam Bốt vào năm 1989 Tàu Cộng đã chấp nhận gặp lãnh đạo Việt Cộng tại Thành Đô để thương nghị và đi tới một mật ước nối lại liên hệ Việt Trung, nội dung ra sao không được công bố, nhưng kể từ sau Hội Nghị Thành Đô, những sự kiện quan trọng sau đây đã diễn ra:

- Về lãnh thổ Việt Nam đã mất 15.420 Km2 sau Hiệp Ước Biên Giới với Trung Cộng vào năm 1999.

- Về quốc phòng, Việt Nam chính thức công bố không liên minh quân sự với nước nào nhưng quân đội

Foreign policies

In response to Hanoi's appeasement attitude, China's first reaction was to intensify attacks on the border in 1987, invading the Spratly Island in 1988. After the Vietcong withdrew from Cambodia in 1989, Communist China agreed to meet with the Vietcong leaders in Chengdu to negotiate and they reached a secret agreement to re-establish the Viet-Sino relationship, about which the content was not announced, but since the Chengdu Conference, the following significant events have taken place:

- On territory, Vietnam has lost 15,420 km2 after signing the Treaty of the border with China in 1999.

- On defense, Vietnam officially announced it would have no military alliance with any country.

Việt Cộng dùng sắc phục tương tự như của quân đội Trung Cộng, cấp lãnh đạo phối hợp chặt chẽ với Trung Cộng và đều được tu nghiệp hay huấn luyện tại Trung Quốc

However, Vietcong army has used the uniform similar to the Chinese army's uniforms, and the leadership cooperated closely with the Chinese in which all personnel were educated or trained in China.

- Mọi dự án kinh tế quan trọng của Việt Nam đều được giao cho nhà thầu Trung Quốc thực hiện.

- All important Vietnamese economic projects are awarded to Chinese contractors for implementation.

Completely similar uniform worn by Chinese and Vietnamese communists
Trung cộng và Việt cộng có đồng phục y hệt như nhau

- Thành lập 3 đặc khu công khai và nhiều vùng đặc biệt riêng cho người Trung Quốc tại Việt Nam, người Việt không được vào.

- Chính quyền Việt Nam không được quyền xử các công dân Trung Quốc phạm luật tại Việt Nam mà chỉ có thể trả về TQ. Tiền Trung Quốc đã được sử dụng chính thức tại các tỉnh dọc theo biên giới và được làm ngơ tại nhiều thành phố lớn trên toàn cõi Việt Nam.

- Ngoài ra, còn nhiều chỉ dấu khác để thấy chủ quyền dân tộc Việt Nam đã bị hy sinh và Việt Cộng đã dựa vào Trung Cộng để tồn tại theo như lời tuyên bố của Nguyễn Văn Linh "Thà mất Nước còn hơn là mất Đảng" hay đúng hơn là: Trung Cộng đã thành công sử dụng Việt Cộng như một bộ

- The establishment of 3 public special concession zones and many special areas for Chinese people in Vietnam, where Vietnamese people are not allowed to enter.

- Vietnamese authorities are not allowed to prosecute Chinese citizen who violate the laws in Vietnam but can only extradite them to China. Chinese currency had been used officially in the provinces along the borders and its usages have been ignored in many large cities across Vietnam.

- In addition, there are many other signs to show that the national sovereignty of Vietnam has been sacrificed and Vietcong has relied on China to survive according to Nguyễn Văn Linh's statement: "It is better to lose the country than to lose the Party", or rather: China has successfully used the

phận để cai trị Việt Nam.   Vietcong as its agent to rule over Vietnam.

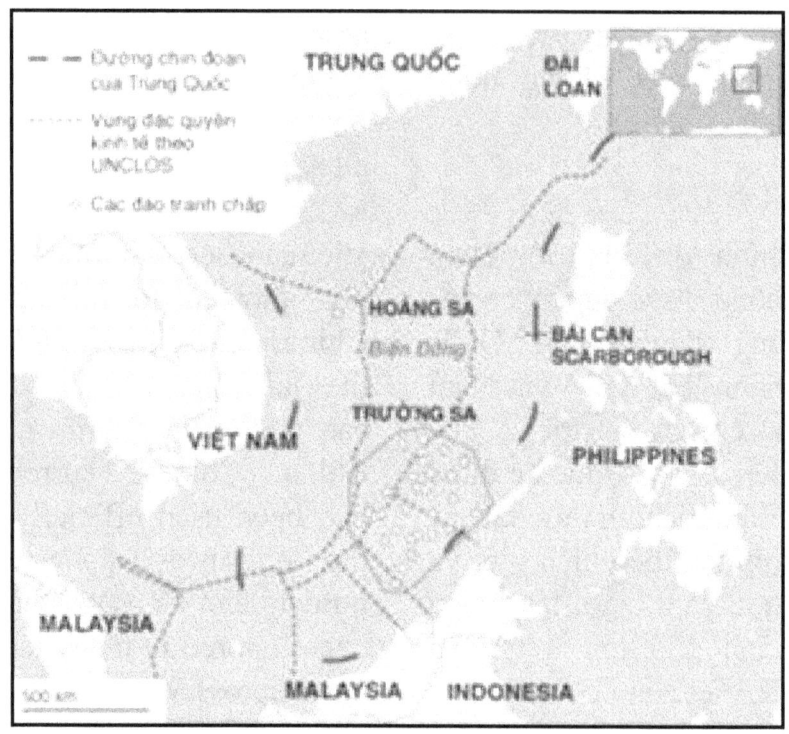

Communist China invades the territorial waters of Việt Nam and those of many countries; in 1992 it declared that the part of the East Sea delimited by the delineation made up of 9 lines belongs to China

Trung cộng xâm chiếm vùng biển của Việt Nam và nhiều quốc gia khác, năm 1992 tuyên bố toàn vùng Biển Đông quy định bởi một đường 9 vạch là lãnh hải của Trung quốc

<u>Kinh tế thị trường theo định hướng xã hội chủ nghĩa</u>   <u>Socialist-oriented market economy</u>

Mặc dù tung ra chính sách   Although the Đổi Mới policy

Đổi Mới từ năm 1986, nhưng đến năm 1995, sau khi nối lại bang giao với Hoa Kỳ và gia nhập vào khối ASEAN, Việt cộng mới chính thức áp dụng kinh tế thị trường, nhưng nền "kinh tế thị trường" áp dụng tại đây phải là phương tiện làm giầu cho đảng Cộng Sản. Nếu có phần nào được "tư nhân hóa" thì phải thuộc về các đảng viên và gia quyến. Tóm lại, chất keo nối kết khối đảng viên Việt cộng không còn là lập trường giai cấp mà là mối dây quyền lợi, theo đúng khẩu hiệu "Còn Đảng còn mình".

Vì không còn bị trói buộc về giáo điều và mở rộng cho đầu tư ngoại quốc, kinh tế Việt Nam đã phát triển đáng kể từ năm 1988. Riêng về gạo, đến năm 1990 đã dư dùng cho nhu cầu quốc gia và đã có thể xuất cảng. Trước năm 1986 GDP của VN chỉ tăng

was launched in 1986, it was not until 1995, after the resumption of relations with the United States and the accession to ASEAN that Vietcong officially applied the market economy, however the "market economy" applied here must be a means of enriching the Communist Party. If there is any "privatization" it must belong to party members and their family members. In short, the glue connecting the Communist Party members is no longer a class position but a bond of interests, in accordance with the slogan "As long as the Party exists, I exist".

Since there is no longer a dogmatic constraint but an open arm to foreign investment, Vietnamese economy has grown significantly since 1988. As for rice, by 1990 there had been more than enough produce for the national demand and to be exported.

khoảng 1.4% mỗi năm, vào giai đoạn 1996-2000 tốc độ tăng GDP đạt 7%. Tới năm 2006 quy mô nền kinh tế đã đạt được 66.3 Tỷ US$. Lợi nhuận kinh tế to lớn này đã giúp cho đảng CSVN duy trì một mạng lưới cán bộ và công an rộng lớn để kiểm soát sinh hoạt người dân.

Before 1986, Vietnam's GDP increased only about 1.4% per year, and in the period 1996-2000, the GDP growth rate reached 7%. By 2006 the size of the economy reached US $66.3 billion. This tremendous economic benefit has helped the Communist Party maintaining an extensive network of cadres and police to control people's activities.

Chính trị đối nội

Domestic policies

Với hệ thống 4,5 triệu đảng viên, đảng CSVN đã kiểm soát đời sống người dân bằng nhiều cách.

With a system of 4.5 million party members, the Communist Party of Vietnam has controlled people's lives in many ways.

Biện pháp kinh tế: Cũng giống như thời bao cấp, chỉ khác là phương tiện không còn là tem phiếu thực phẩm mà sợi dây cột người dân với chế độ là lương công nhân viên trong guồng máy Đảng và nhà nước hay trong các xí nghiệp. Những người chống đối sẽ không

Economic measures: Like the period of government subsidies, the only difference is that the means is no longer a food stamp, but it uses the salaries to tie public servant and government employees to the Party and State. Dissidents can not find a place to work or would be

kiếm được nơi nhận cho làm việc hoặc bị sa thải.

Sự bùng phát về kinh tế có đem lại cơ hội cho một bộ phận dân chúng tạo cho mình một đời sống sung túc hơn nhưng cũng tạo ra chênh lệch giàu nghèo ghê gớm. Bên cạnh người nghèo khổ có vô số triệu phú, tỷ phú đô la, là những cán bộ nhà nước sống trong các lâu đài biệt thự nguy nga. Hàng trăm ngàn gia đình người dân bị cướp đoạt nhà cửa, ruộng vườn vì bị giới quyền thế giành lấy đất họ đang sinh sống để xây dựng công ty. Vì sự lấn chiếm và ô nhiễm gây nên bởi các cơ xưởng kỹ nghệ, hàng trăm ngàn dân mất nguồn sinh kế đã phải qua môi giới kiếm các việc lao động cực khổ tại ngoại quốc, tiền họ gửi về nuôi gia đình trở thành nguồn thu nhập ngoại tệ cho nhà nước.

fired.

The economic boom has not only created opportunities for a part of the population and given them a much better living conditions but also created a shocking gap between the rich and the poor. Besides the poor, countless millionaires and billionaires who are government officials, live in the palatial mansions. Hundreds of thousands of families have been robbed of their homes and lands by the authorities to build companies. Because of the encroachment and pollution caused by industrial facilities, hundreds of thousands of people who lost their livelihood had to go through agencies to find hard labor abroad, and the money they send home to support their families has become foreign currency income for the state.

A SHORT SUMMARY OF VIETNAMESE HISTORY

Poverty defies danger
Nghèo đói bất chấp nguy hiểm

Thông tin tuyên truyền: Chính sách tuyên truyền của nhà nước được tiếp tục như trước đây, nhưng tinh vi hơn vì khả năng bưng bít thông tin không còn được hiệu quả như xưa. Vì không còn điều kiện để tạo sự tin tưởng mù quáng vào chế độ, một phần truyền thông nhà nước đã nhằm vào việc tạo cho người dân vô cảm trước các vấn nạn của đất nước mà chỉ quan tâm tới các thú tiêu khiển vô bổ, sinh hoạt đọa lạc

Propagandas: The propaganda policy of the state continues as before, but it gets more convoluted since withholding information is no longer viable as it used to be. Because it longer has the ability to create blind belief in the regime, a part of the state media is aiming to make people indifferent to the country's problems and only focus on entertainment, perverted activities or superstition. In addition to the policy of dulling people's

hay mê tín dị đoan. Phụ họa với chính sách làm cùn nhụt dân trí bằng phương tiện khác hơn truyền thông, nhà nước CS đã biến Việt Nam thành một xã hội tiêu thụ bia rượu nhiều nhất Á Châu. Trong năm 2018 người Việt đã uống 7,2 tỷ USD bia (chưa kể đã phải tốn khoảng 4 Tỷ USD do các bệnh tật và tai nạn giao thông vì uống rượu). Số tiền phí phạm cho bia rượu vượt quá số 9 tỷ USD người dân chi cho việc giáo dục con cái.

<u>Sinh hoạt đối kháng</u>: Nhờ sự phát triển của Internet người Việt đã có cơ hội tiếp cận với các nguồn tin ngoài hệ thống nhà nước cũng như gia tăng khả năng thông tin liên lạc với nhau. Đây là điều kiện giúp cho sự phát triển của nền xã hội dân sự tại VN được thể hiện qua những tổ chức tư nhân tranh đấu cho các vấn đề dân sinh và dân quyền. Chính sự phát triển này đang góp phần thu hẹp khả

intellect by means other than the media, the communist state has turned Vietnam into a society that consumes the most alcohol in Asia. In 2018, Vietnamese drank $7.2 billion of beer (not to mention the cost of $4 billion due to illnesses and traffic accidents from drinking). The amount wasted on alcohol exceeds the $ 9 billion that families spend on their children's education.

<u>Resistance activities</u>: Thanks to the development of the Internet, Vietnamese people have had the opportunity to access resources outside the state system as well as the ability to communicate with each other. This new condition helped the development of civil society in Vietnam, shown in the non-government organizations fighting for civil and human rights issues. It is this development

năng kiểm soát của chế độ trong một số lãnh vực xã hội, đồng thời giúp gia tăng ý thức công dân trong quần chúng.

Về phương diện chính trị, kỷ nguyên Internet cũng đã giúp cho nhiều tư tưởng đối kháng được phổ biến, nhiều nhóm đấu tranh cho dân chủ đã được thành lập. Nhiều cuộc biểu tình chống Trung Cộng xâm phạm chủ quyền, bảo vệ môi trường và biển đảo đã được tiến hành mặc dầu nỗ lực đàn áp của nhà nước độc tài. Về tranh đấu có tổ chức, được nhắc tới nhiều hơn cả là hoạt động của các Giáo Phận Vinh, Giáo Xứ Thái Hà, Dòng Chúa Cứu Thế Kỳ Đồng và đảng Việt Tân. Đảng Việt Tân, thành lập vào năm 1982 có nhân sự phối hợp ở trong và ngoài nước, liên hệ với nhiều tổ chức người Việt và chính giới quốc tế, được nhà

that is contributing to narrowing the regime's control in some aspect of the society at the same time increasing the mass's awareness of their citizen rights.

Politically, the Internet era has also helped popularize dissenting ideas, and many groups fighting for democracy have been established. Many protests against Chinese infringement on Vietnam's sovereignty, to defend of the islands and the environment happened despite the dictatorship's suppression efforts. In terms of organized struggle, the most mentioned activities were the Vinh Diocese, Thái Hà Parish, Kỳ Đồng Redemptorists and Việt Tân Party. The Việt Tân Party, founded in 1982, has coordinated personnel at home and abroad, associated with many Vietnamese and international political organizations, which has

nước CSVN gán cho là tổ chức khủng bố. Trong mục tiêu đàn áp các tiếng nói đối kháng, nhà nước CSVN đã quy tội cho hầu như mọi nhân sự hay sinh hoạt bất đồng với chế độ là có liên hệ hay do Việt Tân xúi dục.

Tóm lại, vào đầu thế kỷ 21, Việt Nam đang đứng trước nguy cơ bị sát nhập vào Trung Cộng ngày một rõ nét. Vì áp lực quân sự và nhiều lý do khác, chính quyền Hà Nội đã dần biến thành một bộ phận thừa hành của Bắc Kinh.

been labeled a terrorist organization by the Vietnamese government. In its objective of suppressing dissenting voices, Vietnamese government has blamed almost every citizen or any disagreement with the regime to be related or instigated by Việt Tân.

In summary, at the beginning of the 21st century, Vietnam is facing the imminent risk of being annexed into China. Due to military pressure and many other reasons, Hanoi government has gradually turned into an executive part of Beijing.

A SHORT SUMMARY OF VIETNAMESE HISTORY

CONCLUSION
Kết luận

Trước nguy cơ bị sát nhập vào Trung Cộng ngày một rõ nét, điều đáng quan ngại nhất chưa phải là sự đe dọa bằng vũ lực hay những thao túng từ Trung Cộng mà là thái độ thờ ơ vô cảm của một thành phần còn quá đông trong xã hội nước ta.

Để đồng bào quan tâm và tha thiết hơn với vận mệnh đất nước, cần làm sao để mọi người thấy rõ được công khó của Tổ Tiên đã dựng nước và giữ nước suốt mấy ngàn năm qua để cùng trân quý gia sản chung, từ đó phát huy quyết tâm giữ nước.

Với quyết tâm giữ nước, không lẽ nào người Việt sẽ thất bại trong việc bảo vệ giang sơn sau khi đã

Facing the risk of being annexed into the Chinese Communist it is not the threat of force or manipulations from China that is the most worrying, but the indifferent attitude of a quite large population in our society.

It is crucial to find whichever way for our people to care for the destiny of the country and to treasure together the common heritage. It is vital that everyone can see the sacrifice done by our Ancestors to build and defend this country for thousands of years.

With the determination of protecting the sovereignty of the country, would Vietnamese fail to defend our

bốn lần thành công đánh đuổi xâm lăng từ Bắc phương trong 2.700 năm qua.

Hoàng Cơ Định
Tháng 1/ 2020

land, after having successfully defeated the invaders from the North four times in the past 2,700 years.

Hoàng Cơ Định
January 2020

www.ingramcontent.com/pod-product-compliance
Lightning Source LLC
Chambersburg PA
CBHW070606010526
44118CB00012B/1460